ചരിത്രവഴികളിലെ
എം.സി.സി. സ്കൂളുകൾ

INSIGHT PUBLICA

Nadakkavu, Kozhikode, Kerala, 673011
www.insightpublica.com
e-mail: insightpublica@gmail.com
Charithravazhikalile M.C.C. Schoolukal
Authors
Dr. M.C. Vasisht
Gokulnath P.N
(Malayalam)
First Edition: January 2024

Printed and Published by
InsightinPublica Printers & Publishers Pvt. Ltd.
ISBN 978-93-5517-672-1

ചരിത്രവഴികളിലെ
എം.സി.സി. സ്കൂളുകൾ

ഡോ. എം.സി. വസിഷ്ഠ്

ഗോകുൽനാഥ് പി.എൻ.

INSIGHT PUBLICA

ഡോ. എം.സി. വസിഷ്ഠ്

മാതാപിതാക്കൾ: ചരിത്രപണ്ഡിതനായ പ്രൊഫ.എം.പി. ശ്രീധരൻ, ലക്ഷ്മി. മലബാർ ക്രിസ്ത്യൻ കോളേജ് എൽ.പി.സ്കൂൾ, ഹൈസ്കൂൾ എന്നിവിടങ്ങളിലെ പൂർവ്വ വിദ്യാർത്ഥി. 26 വർഷം മലബാർ ക്രിസ്ത്യൻ കോളേജ് ചരിത്രവിഭാഗം അദ്ധ്യാപകൻ. നാലുവർഷക്കാലം ചരിത്രവിഭാഗം മേധാവി. മലബാർ- പൈതൃകവും പ്രതാപവും (എഡിറ്റർ), ക്രിക്കറ്റ്: ജീവിതത്തിനും പിച്ചിനുമിടയിൽ, നൈറ്റ് വാച്ച്മാൻ, ലാസ്റ്റ് പെനാൾട്ടി കിക്ക് എന്നിവയാണ് പ്രധാന ഗ്രന്ഥങ്ങൾ.

ഭാര്യ: നീമ, മകൻ: വിനായക്.

ഗോകുൽനാഥ് പി.എൻ.

മാതാപിതാക്കൾ: നാരായണ റാവു പി.എസ്, കസ്തൂരിഭായി എം, ഇപ്പോൾ മലബാർ ക്രിസ്ത്യൻ കോളേജ് ഹയർ സെക്കണ്ടറി സ്കൂളിൽ പ്രിൻസിപ്പാളായി തുടരുന്നു. ബി.ഇ.എം. ഗേൾസ് ഹയർ സെക്കണ്ടറി സ്കൂൾ കോഴിക്കോട്, ബി.ഇ.എം.ഹയർ സെക്കണ്ടറി സ്കൂൾ വടകര എന്നീ വിദ്യാലയങ്ങളിൽ മുൻപ് സേവനമനുഷ്ഠിച്ചു.

ഭാര്യ: ശ്രീകല ആർ. മകൻ: ദർശൻ ശ്രീനിവാസ് ജി.

Education Without Discrimination

സമർപ്പണം

ഇരുൾ നിറഞ്ഞ ഒരു കാലത്ത് വിവേചനരഹിതമായ വിദ്യാഭ്യാസം എന്ന മഹത്തായ ആശയം ഉയർത്തിപ്പിടിച്ച് മലബാറിൽ വിദ്യാഭ്യാസ വിപ്ലവം സൃഷ്ടിച്ച, മലബാറിന്റെ ചലനമറ്റ കിടന്ന സാമൂഹ്യ വ്യവസ്ഥയെ ചലിപ്പിച്ച ബാസൽ മിഷനറിമാർക്ക്

ഉള്ളടക്കം

ആശംസ

ഡോ. കെ.കെ.എൻ. കുറുപ്പ്

കേരളനവോത്ഥാനത്തിന്റെ ഭാഗമാണ് മലബാർ ക്രിസ്ത്യൻ കോളേജും മലബാർ ക്രിസ്ത്യൻ കോളേജ് സ്കൂളുകളും. ബാസൽമിഷൻ പ്രവർത്തനങ്ങളിൽ നിന്നാണ് ആരംഭിച്ചത്. ആ പ്രവർത്തനങ്ങളുടെ ആരംഭം ഒരു ലോവർ പ്രൈമറി സ്കൂളിൽ നിന്നായിരുന്നു എന്നറിയുമ്പോൾ നാമെല്ലാം ആശ്ചര്യപ്പെട്ടുപോകും. ബാസൽ മിഷൻ തുല്യതയ്ക്കുവേണ്ടിയും ജാതിവ്യവസ്ഥയ്ക്കെതിരെയും വിദ്യാഭ്യാസത്തെ ആയുധമായി ഉപയോഗിച്ചു. മലബാറിൽ **'വിവേചനരഹിതമായ വിദ്യാഭ്യാസം'** എന്ന ആശയം ഉയർത്തിപ്പിടിച്ച് മലബാറിന്റെ പൊതുമണ്ഡലം രൂപീകരിക്കുന്നതിൽ ബാസൽമിഷൻ വഹിച്ച പങ്ക് പ്രശംസനീയമാണ്.

മലബാർ ക്രിസ്ത്യൻ കോളേജ് സ്കൂളുകളുടെ ആധികാരികമായ ചരിത്രരേഖകളിലൂടെ ഒരു ദേശത്തിന്റെയും സാമൂഹ്യമാറ്റത്തിന്റെയും ചരിത്രമാണ് ഡോ.എം.സി. വസിഷ്ഠും ശ്രീ.പി.എൻ. ഗോകുൽനാഥും 'ചരിത്രവഴികളിലെ എം.സി.സി. സ്കൂളുകൾ' എന്ന ഗ്രന്ഥത്തിലൂടെ പറയാൻ ശ്രമിക്കുന്നത്. ഒരു വിദ്യാഭ്യാസ സ്ഥാപനത്തിന്റെ ചരിത്രത്തിലൂടെ ദേശചരിത്രവും ലോകചരിത്രവും ഇവിടെ ചർച്ച ചെയ്യപ്പെടുന്നു. മലബാറിലെ ദേശീയ പ്രസ്ഥാനത്തിന്റെയും സാമൂഹ്യ പ്രസ്ഥാനത്തിന്റെയും ചരിത്രത്തിൽ എം.സി.സി. സ്കൂളുകൾ വഹിച്ച പങ്കാണ് ഈ ഗ്രന്ഥം അനാവരണം ചെയ്യുന്നത്.

കാലം ആവശ്യപ്പെടുന്ന ഈ ചരിത്ര ഉദ്യമത്തിനു നേതൃത്വം നൽകിയ അധ്യാപകർക്ക് ഹൃദയത്തിന്റെ ഭാഷയിൽ അഭിനന്ദനങ്ങൾ അറിയിക്കുന്നു.

മുഖവുര

ഇതൊരു സ്വപ്നസാക്ഷാൽക്കാരമാണ്. 175 വർഷങ്ങൾ പിന്നിടുന്ന കോഴിക്കോട്ടെ പ്രശസ്തമായ വിദ്യാഭ്യാസ സമുച്ചയത്തിന്, എം.സി.സി.ക്ക് അഥവാ മലബാർ ക്രിസ്ത്യൻ കോളേജ് സ്കൂളുകൾക്ക് അവിടുത്തെ ഒരു പൂർവ്വ വിദ്യാർത്ഥിയുടെയും ഒരു അദ്ധ്യാപകന്റെയും സമർപ്പണം. കേരളത്തിലെ ഏറ്റവും ആദരണീയമായ വിദ്യാഭ്യാസ സ്ഥാപനങ്ങളിലൊന്നായ മലബാർ ക്രിസ്ത്യൻ കോളേജ് സ്കൂളുകളുടെ ഭൂതകാലത്തിലേക്ക് സഞ്ചരിക്കാനുള്ള എളിയ ശ്രമമാണ് 'ചരിത്രവഴികളിലെ എം.സി.സി. സ്കൂളുകൾ' എന്ന ഈ പുസ്തകം.

എം.സി.സി. സ്കൂളുകളുടെ തുടക്കം മുതൽ ഇന്നത്തെ നിലയിലേക്കുള്ള യാത്ര വിവരിക്കുക എന്നതാണ് ഈ പുസ്തകത്തിന്റെ ലക്ഷ്യം. സ്കൂളിന്റെ പൈതൃകത്തേയും അവിടുത്തെ അദ്ധ്യാപകരുടേയും വിദ്യാർത്ഥികളുടേയും നേട്ടങ്ങളും ജീവിതത്തെ രൂപപ്പെടുത്തിയ കഥകളും സുപ്രധാന നാഴികക്കല്ലുകളും അടയാളപ്പെടുത്താനും ഈ ഗ്രന്ഥം ശ്രമിക്കുന്നു. ഈ ചരിത്രയാത്ര ആരംഭിക്കുമ്പോൾ വിദ്യാർത്ഥികളുടെ തലമുറകളെ വാർത്തെടുക്കുകയും അവരിൽ ലക്ഷ്യബോധവും മൂല്യബോധവും വളർത്തിയെടുക്കുകയും ചെയ്ത എം.സി.സി.എച്ച്.എസ്.എസ്സിന്റെ അജയ്യമായ ആത്മാവിന് നിങ്ങൾക്ക് സാക്ഷ്യം വഹിക്കാനാവും.

ഒരു ഗ്രന്ഥവും പൂർണ്ണമല്ല, ഒന്നിന്റെയും അവസാനവുമല്ല. ഈ ഗ്രന്ഥവും അപൂർണ്ണമാണ്. എം.സി.സി.യെക്കുറിച്ചുള്ള കൂടുതൽ ഗവേഷണങ്ങൾക്കും അന്വേഷണങ്ങൾക്കും ചർച്ചകൾക്കും ഈ ഗ്രന്ഥം വഴിതെളിക്കുമെങ്കിൽ ഞങ്ങൾ കൃതാർത്ഥരായി. ഈ ഗ്രന്ഥത്തിന്റെ അപൂർണ്ണത പ്രകടമാവുന്നത് പൂർവ്വ അദ്ധ്യാപകരെയും, വിദ്യാർത്ഥികളെയും, സ്കൂളിന്റെ ഫുട്ബാൾ പാരമ്പര്യത്തെയും പരാമർശിക്കുന്ന ഭാഗങ്ങളിലാണ്. ആ ഭാഗങ്ങളിൽ പലരെയും സ്ഥലപരിമിതി കാരണം ഞങ്ങൾക്ക് ഉൾപ്പെടുത്താൻ സാധിച്ചിട്ടില്ല. എം.സി.സി. സ്കൂളുകളുടെ ഭൂതകാലവുമായി ബന്ധപ്പെട്ട് ഞങ്ങൾ തന്നെ തയ്യാറാക്കുന്ന, ഇനി വരാനിരിക്കുന്ന ഗ്രന്ഥങ്ങളിൽ ഈ പോരായ്മകൾ പരിഹരിക്കപ്പെടും എന്നു പ്രത്യാശിക്കുന്നു.

ഈ ഉദ്യമം പൂർത്തീകരിക്കുന്നതിന് നിരവധി വ്യക്തികളുടെയും സംഘടനകളുടെയും വിലമതിക്കാനാവാത്ത പിന്തുണയും മാർഗ്ഗനിർദ്ദേശവും ലഭിക്കാൻ ഞങ്ങൾക്ക് ഭാഗ്യമുണ്ടായി. ഞങ്ങളുടെ ഈ ശ്രമത്തിന് അചഞ്ചലമായ പിന്തുണയും പ്രോത്സാഹനവും നൽകിയ

സി.എസ്.ഐ. മലബാർ മഹാഇടവകയുടെ ബിഷപ്പ് **റൈറ്റ് റവ. ഡോ. റോയ്സ് മനോജ് വിക്ടർ**, സി.എസ്.ഐ. മഹാ ഇടവക സ്കൂളുകളുടെ കോർപ്പറേറ്റ് മാനേജർ **റവ. സുനിൽ പുതിയാട്ടിൽ** എന്നിവർക്ക് ഞങ്ങളുടെ ഹൃദയംഗമമായ നന്ദി അറിയിക്കുന്നു.

ഈ പുസ്തകത്തിന്റെ ഉള്ളടക്കത്തെ സമ്പന്നമാക്കാൻ ആവശ്യമായ നിർദ്ദേശങ്ങൾ നൽകിയ മഹദ് വ്യക്തിത്വങ്ങളോട് ഞങ്ങൾ എന്നും കടപ്പെട്ടിരിക്കുന്നു. പ്രൊഫ. ടി.കെ.ഗംഗാധരൻ, ഡോ. വയോള ഐറിൻ ഹണ്ട്, പ്രൊഫ. ക്രിസ്റ്റുകുമാർ നിക്കോളാസ്, അഡ്വ. വിക്ടർ ആന്റണി നൂൺ, ഡോ. റോബർട്ട് വി.എസ്., ശ്രീമതി വിജയകുമാരി എസ്മറാൾഡാ കല്ലൻ എന്നിവരെ പ്രത്യേകം സ്മരിക്കുന്നു.

എം.സി.സി. സ്കൂളുകളുടെ സമ്പന്നമായ ചരിത്രം പകർത്താനും, ചരിത്രവിഭാഗത്തിന്റെ അമൂല്യമായ ആർക്കൈവൽ മെറ്റീരിയൽ ഞങ്ങൾക്ക് നൽകാനും താല്പര്യം കാണിച്ച മലബാർ ക്രിസ്ത്യൻ കോളേജ് പ്രിൻസിപ്പൽ ഇൻ ചാർജ് ഡോ. സചിൻ പി.ജെയിംസിനോടും ചരിത്രവിഭാഗം മേധാവി ഡോ. ഷിനോയ് ജെസിന്തിനോടുമുള്ള നന്ദിയും കടപ്പാടും പ്രത്യേകം അറിയിക്കുന്നു.

ഈ ഗ്രന്ഥത്തിന്റെ സൃഷ്ടിയിൽ ഞങ്ങളുടെ കൂടെ ഉണ്ടായിരുന്ന സർവ്വശ്രീ ബിനോയ് പി. തോമസ്, സനിൽ കിഷോർ എം, ഷിബിൻ ജസ്റ്റിൻ, സ്വപ്ന പി, ഹെലൻ സോളമൻ എന്നിവരെയും ഈ അവസരത്തിൽ ഓർക്കുന്നു.

ഉപസംഹാരമായി ഈ പുസ്തകത്തിന്റെ സൃഷ്ടിയിൽ സഹകരിച്ച എല്ലാവർക്കും ഞങ്ങൾ ഹൃദയംഗമമായ നന്ദി രേഖപ്പെടുത്തുന്നു. 'ചരിത്രവഴികളിലെ എം.സി.സി. സ്കൂളുകൾ' എന്ന ഈ ഗ്രന്ഥം ഈ സ്ഥാപനങ്ങളുടെ സ്ഥായിയായ പൈതൃകത്തിന്റെ സാക്ഷ്യമായി വർത്തിക്കുമെന്നും മികവിനും, അറിവിനും, സാമൂഹിക ഉത്തരവാദിത്വത്തിനും വേണ്ടി പരിശ്രമിക്കാൻ ഭാവി തലമുറകളെ പ്രചോദിപ്പിക്കുമെന്നും ഞങ്ങൾ പ്രതീക്ഷിക്കുന്നു.

ഡോ. എം.സി.വസിഷ്ഠ്

ഗോകുൽനാഥ് പി.എൻ.

ഭാഗം 1
ആമുഖം

മദ്രാസ് പ്രസിഡൻസി

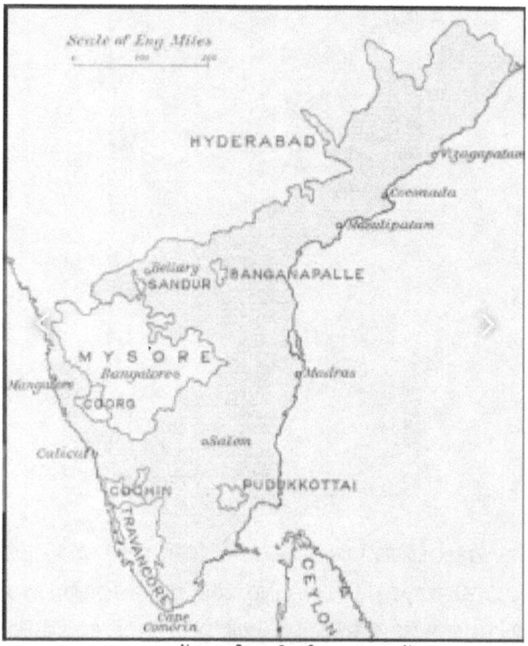

മദ്രാസ് പ്രസിഡൻസിയുടെ മാപ്പ്

ഇന്ത്യയിലെ ഒരു ബ്രിട്ടീഷ് ഭരണകേന്ദ്രമായിരുന്നു മദ്രാസ് പ്രസിഡൻസി. 1935നു ശേഷം ഈ ഭരണകേന്ദ്രം പ്രോവിൻസ് ഓഫ് മദ്രാസ് എന്ന പേരിൽ അറിയപ്പെടാൻ തുടങ്ങി. ഇന്നത്തെ ചെന്നൈയിലെ ഫോർട്ട് സെന്റ് ജോർജ് ആയിരുന്നു മദ്രാസ് പ്രസിഡൻസിയുടെ ആസ്ഥാനം. ഫോർട്ട് സെന്റ് ജോർജ്ജിലെ ഗവർണർ ജനറലായിരുന്നു മദ്രാസ് പ്രസിഡൻസിയുടെ ഭരണ തലവൻ. തെക്കേ ഇന്ത്യയുടെ വിവിധ ഭാഗങ്ങൾ ഉൾപ്പെട്ടതായിരുന്നു മദ്രാസ് പ്രസിഡൻസി. ഇന്നത്തെ ആന്ധ്ര, തെലുങ്കാന സംസ്ഥാനങ്ങൾ, തമിഴ്നാട്, കേരളത്തിന്റെ വടക്കൻ ഭൂപ്രദേശം, കർണാടക, ഒഡീഷ എന്നീ ഭാഗങ്ങൾ ഉൾപ്പെട്ടതായിരുന്നു മദ്രാസ് പ്രസിഡൻസി. മദ്രാസ് പ്രസിഡൻസിയിലെ 20ലധികം ജില്ലകളിൽ ഒരു ജില്ലയായിരുന്നു മലബാർ. യൂറോപ്യൻ സംസ്കാരത്തിന്റെയും കായികരൂപങ്ങളുടെയും പ്രധാന കേന്ദ്രമായിരുന്നു മദ്രാസ് പ്രസിഡൻസിയും ഇന്ത്യയിലെ മറ്റു ബ്രിട്ടീഷ് ഭരണകേന്ദ്രങ്ങളായ ബോംബെ പ്രസിഡൻസിയും കൽക്കത്ത പ്രസിഡൻസിയും.

മലബാർ

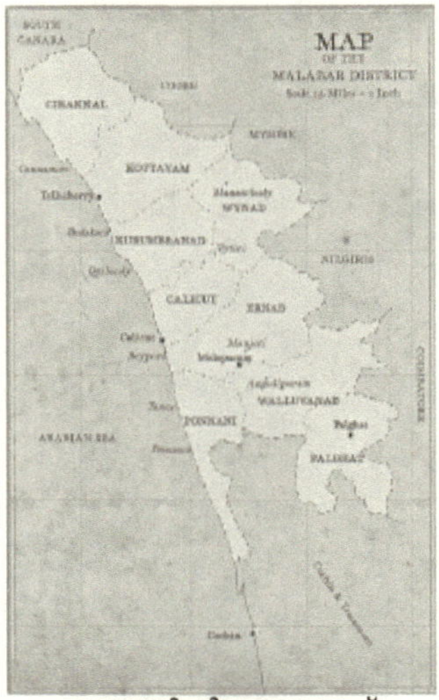

മലബാർ ജില്ലയുടെ മാപ്പ്

മൗര്യ ചക്രവർത്തി അശോകന്റെ (ബി.സി.ഇ 273 - 232) കാൽസി ശാസനമാണ് (ബി.സി.ഇ. 250) കേരളത്തെക്കുറിച്ച് പരാമർശിക്കുന്ന ആദ്യത്തെ ആധികാരിക ചരിത്രരേഖ. കേരളത്തിന്റെ വടക്കൻ ഭൂപ്രദേശങ്ങളാണ് പ്രധാനമായും മലബാർ ജില്ലയിൽ ഉൾപ്പെട്ടിരുന്നത്. മദ്രാസ് പ്രസിഡൻസിയിലെ മൂന്നാമത്തെ വലിയ ജില്ലയായിരുന്നു മലബാർ. മലബാർ ജില്ലയുടെ ആസ്ഥാനം കോഴിക്കോട് ആയിരുന്നു. 1792-ൽ മൂന്നാം ആംഗ്ലോ-മൈസൂർ യുദ്ധത്തിൽ മൈസൂർ ഭരണാധികാരിയായ ടിപ്പു സുൽത്താൻ ഇംഗ്ലീഷ് ഈസ്റ്റ് ഇന്ത്യാ കമ്പനിയുടെ സൈന്യത്തോട് പരാജയപ്പെട്ടു. 1792 മാർച്ച് 18-ാം തിയ്യതി ടിപ്പുവിന്റെ ആസ്ഥാനമായ ശ്രീരംഗപട്ടണത്ത് വെച്ച് ഒപ്പുവെക്കപ്പെട്ട കരാർ പ്രകാരം വടക്കൻ കേരളത്തിലെ വയനാട് ഒഴിച്ചുള്ള ഭൂപ്രദേശങ്ങൾ ഇംഗ്ലീഷുകാർക്ക് ലഭിച്ചു. 1792 മുതൽ 1799 വരെ ഈ ഭൂപ്രദേശങ്ങൾ ബോംബെ പ്രസിഡൻസിയുടെ കീഴിലായിരുന്നു. 1799-ൽ നാലാം മൈസൂർ യുദ്ധത്തിൽ ടിപ്പു സുൽത്താൻ കൊല്ലപ്പെട്ടതോടെ വയനാട്ടും ഇംഗ്ലീഷ് ഈസ്റ്റ് ഇന്ത്യാ കമ്പനിക്ക് ലഭിച്ചു. ഈ ഭൂപ്രദേശങ്ങളെല്ലാം കൂട്ടിച്ചേർത്തുകൊണ്ട് 1800-ൽ മലബാർ ജില്ല മദ്രാസ് പ്രസിഡൻസിയുടെ ഭാഗമായി രൂപംകൊണ്ടു. ജില്ലാ കലക്ടറായിരുന്ന മലബാർ ജില്ലയുടെ ഭരണ തലപ്പത്തുണ്ടായിരുന്നത്. ബാസൽ മിഷനറിമാർ പ്രധാനമായും പ്രവർത്തിച്ചത് മലബാർ ജില്ലയിലായിരുന്നു.

കോഴിക്കോട്

കോഴിക്കോട് പട്ടുതെരുവിലെ ചൈനീസ് ശില്പം, 14, 15 നൂറ്റാണ്ടുകളിൽ കോഴിക്കോടിന് ചൈനയുമായി ശക്തമായ വാണിജ്യബന്ധമുണ്ടായിരുന്നു.

സുഗന്ധദ്രവ്യങ്ങൾക്ക് പ്രസിദ്ധമായ ബൈബിളിന്റെ പഴയ നിയമത്തിൽ പരാമർശിക്കപ്പെടുന്ന 'ഓഫിർ' എന്ന തുറമുഖ നഗരം ഇന്നത്തെ കോഴിക്കോട് നഗരത്തിന്റെ പ്രാന്തപ്രദേശമായ ബേപ്പൂർ ആയിരുന്നുവെന്ന് ഒരഭിപ്രായമുണ്ട്. ബി.സി.ഇ 10-ാം നൂറ്റാണ്ടിൽ ജറുസലേം രാജാവായ സോളമന്റെ കൊട്ടാരത്തിലേക്ക് സുഗന്ധദ്രവ്യങ്ങളും മറ്റും കയറ്റിയയച്ചിരുന്നത് ഓഫിറിൽ നിന്നായിരുന്നു. കേരളത്തിന്റെ ചരിത്രാതീത കാലവുമായി ബന്ധപ്പെട്ട മഹാശിലാ സ്മാരകങ്ങൾ (ബി.സി.ഇ. 500-500 സി.ഇ.) കോഴിക്കോട് നഗരത്തിന്റെ വിവിധ ഭാഗങ്ങളിൽ നിന്ന് കണ്ടെത്തിയിട്ടുണ്ട്. സംഘസാഹിത്യ കൃതികളിൽ (ബി.സി.ഇ. 300-300 സി.ഇ.) പരാമർശിക്കപ്പെടുന്ന തിണ്ടീസ് അഥവാ തൊണ്ടി എന്ന തുറമുഖ നഗരം കടലുണ്ടി ആയിരുന്നുവെന്ന് മറ്റൊരഭിപ്രായമുണ്ട്. രണ്ടാം ചേരരാജാക്കന്മാരുടെ കാലത്ത് (800-1124 സി.ഇ.) തിരുവണ്ണൂർ, പന്നിയങ്കര ശിലാശാസനങ്ങളിലെ സൂചനകൾ പ്രകാരം കോഴിക്കോട് നഗരവും പ്രാന്തപ്രദേശങ്ങളും രാമവളനാടിന്റെ ഭാഗമായിരുന്നു. 12-ാം നൂറ്റാണ്ടിൽ ചേരരാജ്യവും, രാമവളനാടും അപ്രത്യക്ഷമായതോടെ ഇന്നത്തെ കോഴിക്കോട് നഗരം 'പോളനാട്' എന്ന പേരിലറിയപ്പെടുന്നു. പോളനാട്ടിലെ നാടുവാഴിയായ പോളാതിരിയെ കൊണ്ടോട്ടിക്കടുത്തുള്ള നെടിയിരിപ്പ് സ്വരൂപത്തിലെ നാടുവാഴികൾ കീഴടക്കി. ഈ കീഴടക്കിയ പ്രദേശമാണ് പിൽക്കാലത്ത് കോഴിക്കോട് എന്ന പേരിലറിയപ്പെട്ടത്. നെടിയിരിപ്പ് സ്വരൂപത്തിലെ നാടുവാഴികൾ കോഴിക്കോട്ടെ സാമൂതിരിമാരായി അറിയപ്പെട്ടു. കോഴിക്കോട്, സാമൂതിരി എന്നീ പേരുകളുടെ ഉത്ഭവത്തെക്കുറിച്ച് വ്യത്യസ്തമായ

അഭിപ്രായങ്ങൾ നിലനിൽക്കുന്നു. കോഴിക്കോട് കുറ്റിച്ചിറയിലെ മുച്ചുന്തി പള്ളിയിലെ 'മുച്ചുന്തി ശാസനമാണ്' (13 സി.ഇ.) കോഴിക്കോടിന്റെ ചരിത്രവുമായി ബന്ധപ്പെട്ട ആദ്യത്തെ ആധികാരിക രേഖ. 13-ാം നൂറ്റാണ്ടിനു ശേഷം സാമൂതിരിമാരുടെ കീഴിൽ കോഴിക്കോട് വിശ്വപ്രസിദ്ധമായ കച്ചവട കേന്ദ്രമായി വളർന്നുവന്നു. സാമൂതിരിയുടെയും കോഴിക്കോടിന്റെയും വളർച്ചയിൽ അറബികളുടെയും പ്രദേശിക മുസ്ലീമുകളുടെയും പങ്ക് വളരെ വലുതായിരുന്നു. പത്തൊമ്പതാം നൂറ്റാണ്ടിന്റെ ആരംഭത്തിൽ ബ്രിട്ടീഷ് ഭരണം സ്ഥാപിതമായതോടെ സാമൂതിരിക്ക് രാഷ്ട്രീയാധികാരം നഷ്ടപ്പെട്ടു. ബ്രിട്ടീഷ് മലബാറിലാണ് മതപ്രവർത്തനത്തിനായി 1834-ൽ ബാസൽ മിഷനറിമാർ എത്തിച്ചേരുന്നത്. അവർ സ്ഥാപിച്ച എം.സി.സി. എന്ന വിദ്യാഭ്യാസ സമുച്ചയം മലബാറിലെയും കോഴിക്കോട്ടെയും പ്രധാന വിദ്യാകേന്ദ്രമായി വളർന്നുവന്നു.

'കോസ്മാസ് ഇൻഡികൊപ്ല്യൂസ്റ്റസി*'ന്റെ (എ.ഡി. 522-547) കാലഘട്ടം മുതൽ എ.ഡി 11 ഓ 12 ഓ നൂറ്റാണ്ടുവരെ ഇന്ത്യയുടെ പശ്ചിമതീരത്തെ, അറബി സമുദ്ര സഞ്ചാരികൾ വിശേഷിപ്പിച്ചിരുന്നത് 'മലൈ' എന്ന പേരിലായിരുന്നു. പിൽക്കാലത്ത് കുരുമുളകിനും സുഗന്ധ ദ്രവ്യങ്ങൾക്കുമായി ഈ ഭാഗത്തേക്ക് കൂട്ടംകൂട്ടമായി എത്തിച്ചേരാൻ തുടങ്ങിയ അറബി നാവികരും മറ്റു കടൽവ്യാപാരത്തിൽ ഏർപ്പെട്ടവരും പശ്ചിമതീരത്തെ 'മലിബാർ', 'മണിബാർ', 'മുലിബാർ', 'മുനിബാർ' എന്നീ പേരുകളിൽ വിളിക്കാൻ തുടങ്ങി. അറബി സഞ്ചാരികളുടെ ചുവടുപിടിച്ചെത്തിയ ആദ്യകാല യൂറോപ്യൻ യാത്രികരുടെ കയ്യിലത് 'മെലിബാർ'(മാർക്കൊപോളോ), 'മിനിബാർ', 'മിലിബാർ', 'മിനുബാർ', 'മെലിബാറിയ', 'മലാബ്രിയ' എന്നൊക്കെയായി രൂപാന്തരപ്പെട്ടു. മലബാർ എന്നാൽ മലകളുടെ നാട്, രാജ്യം. ഈ വിശേഷണമാകട്ടെ, നാടിന്റെ ഭൂപ്രകൃതിയെ സാർത്ഥകമാക്കുന്നുണ്ട്."

* വില്യം ലോഗൻ, മലബാർ മാന്വൽ, മാതൃഭൂമി, 2004, പേജ് 1.

ഭാഗം 2
ചരിത്രപശ്ചാത്തലം

സ്കൂൾ കോട്ട് ഓഫ് ആംസ്

സ്കൂൾ എംബ്ലത്തിന്റെ മുകളിൽ ഇടതുവശത്ത് കുരിശ് വഹിക്കുന്ന ഒരു കപ്പൽ ഉണ്ട്. ഇത് 'മിഷൻ' എന്നതിനെ സൂചിപ്പിക്കുന്നു. കൂടാതെ ഇന്ത്യയിലേക്കുള്ള സുവിശേഷത്തിന്റെ വരവിനെയും സൂചിപ്പിക്കുന്നു. മിഷൻ ഉപയോഗിക്കുന്ന കവറുകളിലും സമാനമായ ഒരു ഡിസൈൻ കാണാം.

മുകളിൽ വലതുവശത്ത് ജ്വലിക്കുന്ന ഒരു ദീപശിഖ ഉണ്ട്. പ്രകാശം അറിവിനെ സൂചിപ്പിക്കുന്നു. അത് അജ്ഞതയുടെ അന്ധകാരത്തെ നശിപ്പിക്കുന്നു. അത് ഒരു വിദ്യാഭ്യാസ സ്ഥാപനത്തെ പ്രതിനിധീകരിക്കുന്നു.

അവസാനമായി, വലതുവശത്ത് താഴെ, മലബാറിനെ പ്രതിനിധീകരിക്കുന്ന ഒരു തെങ്ങ് (അല്ലെങ്കിൽ, അതിന്റെ പ്രധാന നഗരം, കോഴിക്കോട്).

അങ്ങനെ ഇടതുവശത്ത് നിന്ന് വായിക്കുമ്പോൾ നിങ്ങൾക്ക് ലഭിക്കുക, ബാസൽ മിഷൻ കോളേജ് & ഹൈസ്കൂൾ, കോഴിക്കോട് എന്നാകും.

മുകളിലാണ് ശിഖരം. സ്വന്തം രക്തം കൊണ്ട് കുഞ്ഞുങ്ങളെ പോറ്റുന്ന പെല്ലിക്കൻ ആണ് ഇത്. അത് ആത്മത്യാഗത്തിന് വേണ്ടി നിലകൊള്ളുന്നു. വിശ്വാസവും സത്യവുമാണ് സ്കൂൾ മുദ്രാവാക്യം.

'വിവേചന രഹിതമായ വിദ്യാഭ്യാസം'
പ്രത്യയശാസ്ത്ര വികാസത്തിന്റെ ചരിത്ര പശ്ചാത്തലം

റൈറ്റ്. റവ. ഡോ.റോയ്സ് മനോജ് വിക്ടർ
ബിഷപ്പ്, മലബാർ മഹായിടവക

ആധുനിക വിദ്യാഭ്യാസത്തിന്റെ ഈറ്റില്ലമായ യൂറോപ്പിൽ നിന്നു വന്ന ക്രൈസ്തവ മിഷണറിമാരാണല്ലോ ഭാരതത്തിൽ ആധുനിക വിദ്യാഭ്യാസത്തിന് ഊട്ടം പാവും നൽകി വളർത്തിയത്. ഈ മിഷണറി ഗണത്തിൽപ്പെട്ട ബാസൽമിഷൻ 1834 മുതൽ ഭാരതത്തിൽ തങ്ങളുടെ പ്രവർത്തനം നടത്തുകയുണ്ടായി. ക്രൈസ്തവ ദർശനം മറ്റുള്ള വരിലേക്കു പകരുക എന്നതിലുപരിയായി സമൂഹത്തിന്റെ സമഗ്രവിക സനം മിഷൻ ദർശനമായിരുന്നു. ഇതിന്റെ ഭാഗമായിട്ടാണ് ആധുനിക രീതിയിലുള്ള വിദ്യാഭ്യാസ സ്ഥാപനങ്ങളും വ്യവസായ ശാലകളും കൃഷി രീതികളും ഇവിടെ ആരംഭിക്കുന്നത്. ജർമ്മൻ പയറ്റിസ (Pietism) ത്തിലും ജോൺ കാൽവിന്റെ സഭാ നവീകരണാശയങ്ങളിലും വേരു കളുള്ള ബാസൽമിഷൻ, ഈ ആശയങ്ങളിൽ അധിഷ്ഠിതമായ ഒരു പുതുദർശനമാണ് മുന്നോട്ടുവച്ചത്.

17-ാം നൂറ്റാണ്ടിൽ ഉരുത്തിരിഞ്ഞ പയറ്റിസം ജർമ്മൻ ലൂഥറൻ സഭകളാണ് യൂറോപ്പിലെങ്ങും വളർത്തിയത്. പയറ്റിസത്തിന്റെ ആത്മീയത, ആത്മീയ പുനർജന്മത്തിന്റെ പരിവർത്തനാത്മക ആന്തരിക അനുഭവത്തിൽ വേരൂന്നിയതായിരുന്നു. വിശ്വാസം എന്നത് ദൈവത്തോടും അയൽക്കാരോടുമുള്ള സ്നേഹം എന്നവർ മനസ്സിലാക്കി. വ്യക്തിപരമായ വിശുദ്ധീകരണത്തിലൂടെ ദൈവ വിശ്വാസത്തിന്റെ പ്രായോഗികതക്ക് ഊന്നൽ നൽകി. ഇത് ഉപദേശപരമായ വിശുദ്ധിക്കും ഏകീകൃതക്കും **(Doctrinal purity and uniformity)**

വേണ്ടിയുള്ള അന്വേഷണത്തേക്കാൾ കൂടുതൽ പ്രാധാന്യം നൽകിയ കാര്യങ്ങളായിരുന്നു. അതേ സമയത്ത് സകല വിശ്വാസികളുടേയും പൗരോഹിത്യമെന്ന പ്രൊട്ടസ്റ്റന്റ് ആശയത്തിലൂടെ സമൂഹത്തിൽ ഏവരുടേയും സമത്വം എന്ന പുതുദർശനം മിഷന്റെ പ്രവർത്തനങ്ങളിൽ കൊണ്ടുവന്നു. സഭയുടെ ശരിയായ പഠിപ്പിക്കലിലൂടെയും അതിലൂടെ ഉണ്ടാകുന്ന സാമൂഹിക അച്ചടക്കത്തിന്റെയും ഫലമായി ഒരു സാമൂഹികമാറ്റമുണ്ടാകുന്നു എന്ന കാൽവിനിസ (Calvinism) ത്തിന്റെ ആശയങ്ങളും ബാസൽമിഷന്റെ പ്രവർത്തനങ്ങളിൽ കാണാൻ സാധിക്കുന്നു.

ഈ ആശയങ്ങളും ദർശനങ്ങളുമായി ഭാരതത്തിലേക്കു വന്ന ബാസൽ മിഷന് ഇവിടെ സമൂഹത്തിൽ കാണാൻ കഴിഞ്ഞത് തീർത്തും വ്യത്യസ്ഥമായ കാര്യങ്ങളായിരുന്നു. സമൂഹത്തെ പല ജാതികളായി തിരിച്ച് അവരെ സമൂഹത്തിന്റെ വ്യത്യസ്ഥതട്ടുകളാക്കി നിർത്തുകയും അവക്കെല്ലാം സ്വന്തമായി 'വർണ്ണാശ്രമധർമ്മ'മെന്ന സ്വത്വമുണ്ടാവുകയും ചെയ്തിരുന്നു ഇവിടെ. ജാതിവ്യവസ്ഥ ഭാരത സമൂഹത്തിന്റെയും സംസ്കാരത്തിന്റേയും അവിഭാജ്യഘടകമായി പുരാതന കാലം മുതൽ തുടരുന്ന ഒന്നാണ്. ആരംഭം ഹിന്ദു മതത്തിലായിരുന്നെങ്കിലും ജാതിവ്യവസ്ഥ ഇന്ന് ഭാരതത്തിലെ എല്ലാ മതസമൂഹങ്ങളിലേക്കും വ്യാപിച്ചിരിക്കുന്നു. ഒറ്റ നോട്ടത്തിൽ ജാതി വ്യവസ്ഥ ശ്രേണീഘടനയിൽ ക്രമീകരിച്ചിരിക്കുന്ന നാലു ജാതികൾ-ബ്രാഹ്മണർ, ക്ഷത്രിയർ, വൈശ്യർ, ശൂദ്രർ- മാത്രമടങ്ങിയതാണ് എന്നു തോന്നുമെങ്കിലും യഥാർത്ഥത്തിൽ ഇത് ജാതികളും ഉപജാതികളും അവയുടെ പ്രാദേശിക വകഭേദങ്ങളും ജാതിവ്യവസ്ഥയിൽ നിന്നു പുറന്തള്ളപ്പെട്ടവരും എല്ലാം ചേർന്ന അതി സങ്കീർണ്ണമായ ഒരു സാമൂഹിക ഘടനയാണ്. ഈ

സമൂഹത്തിലേക്കാണ് വേർതിരിവുകളില്ലാത്ത സമൂഹമെന്ന പുത്തനാശയവുമായി ബാസൽ മിഷൻ കടന്നു വരുന്നത്.

ജാതി ശ്രേണിയിൽ ജനിക്കുന്നതിന്റെ അടിസ്ഥാനത്തിലാണ് ഒരു വ്യക്തിയുടെ പൊതുസ്ഥാപനങ്ങളിലേക്കുള്ള പ്രവേശനം നിർണ്ണയിച്ചിരുന്നത്. ഒരു വ്യക്തിക്ക് ഏതെല്ലാം മതസ്ഥാപനങ്ങൾ സന്ദർശിക്കാം, പഠിക്കാൻ കഴിയുന്ന വിദ്യാഭ്യാസസ്ഥാപനങ്ങൾ, ചെയ്യാൻ അനുവാദമുള്ള ജോലി എന്നിവയെല്ലാം നിർണ്ണയിച്ചിരുന്നത് ആ വ്യക്തിയുടെ ജാതിയുടെ അടിസ്ഥാനത്തിലായിരുന്നു. താഴ്ന്ന ജാതികളിൽപ്പെട്ട, പ്രത്യേകിച്ച് ദലിതർ, വിദ്യാഭ്യാസത്തിനു യോഗ്യരല്ലെന്നു കരുതി വിദ്യാഭ്യാസ സമ്പ്രദായത്തിൽ നിന്ന് ഒഴിവാക്കപ്പെട്ടിരുന്നു. ഈ സാമൂഹ്യ വ്യവസ്ഥിതി നിലനിന്നിരുന്നതിനാൽ ഒരു ഏകീകൃത വിദ്യാഭ്യാസരീതി ഇവിടെ അസാധ്യമായിരുന്നു. ഓരോ ജാതിക്കും സമൂഹം നിഷ്ക്കർഷിച്ചിരുന്ന തൊഴിൽ മാത്രമേ സാധ്യമായിരുന്നുള്ളൂ. ഈ തൊഴിൽ വിഭജനം സമൂഹത്തിലെ വേർതിരിവ് ശക്തമാക്കുന്നതിന് ഇടയാക്കി. ഏകീകൃത വിദ്യാഭ്യാസ രീതിക്കു പകരം ജാതി അടിസ്ഥാനത്തിൽ വ്യത്യസ്ഥ വിദ്യാഭ്യാസ രീതികളും നിലനിന്നിരുന്നതായി മനസ്സിലാക്കാം. ജനിച്ച ജാതിയിൽ നിന്നു മറ്റൊന്നിലേക്കുള്ള മാറ്റം അസാധ്യമായിരുന്നതുപോലെത്തന്നെ മറ്റുവിദ്യാഭ്യാസരീതികളിലേക്കുള്ള മാറ്റവും ഒരു വ്യക്തിയെ സംബന്ധിച്ചിടത്തോളം അസാധ്യവും സമൂഹത്തിന്റെ അച്ചടക്കത്തിന്റെ ലംഘനവുമായും കണക്കാക്കിയിരുന്നു. തങ്ങൾക്കു ലഭിക്കുന്ന സമൃദ്ധമായ വിദ്യാഭ്യാസ സ്രോതസ്സുകളിലൂടെയും അവസരങ്ങളിലൂടെയും ഉന്നതജാതിക്കാർ സമൂഹത്തിലെ ശക്തവും തന്ത്രപരവുമായ സ്ഥാനങ്ങൾ കരസ്ഥമാക്കുകയും സമൂഹത്തെ നിയന്ത്രിക്കുകയും ചെയ്തുവരുമ്പോൾ അവർക്കു പ്രത്യേക അവകാശവും അധികാരവും നൽകുന്ന സംവിധാനങ്ങളെ പുനഃപരിശോധിക്കുന്നതിനോ പുനഃക്രമീകരിക്കുന്നതിനോ അവർ മുതിർന്നില്ല. ഇവിടെയാണ് ആധുനിക വിദ്യാഭ്യാസരീതികളും ജാതിരഹിതമായ പുതുസമൂഹത്തെക്കുറിച്ചുള്ള പുതുദർശനങ്ങളുമായി വന്ന ബാസൽ മിഷന്റെ പ്രസക്തി.

ബാസൽ മിഷന്റെ പ്രവർത്തനത്തിലൂടെ ക്രിസ്തു മാർഗത്തിലേക്കു വന്നവർക്കു നൽകിയ സുവിശേഷ നവ ദർശനങ്ങൾക്കു പുറമേ താമസിക്കാനായി ഒരുക്കിയ 'മിഷൻ കോമ്പൗണ്ടുകളും,' പഠിക്കാനുള്ള പാഠശാലകളും, അഗതി മന്ദിരങ്ങളും, ആരാധിക്കാനുള്ള ആരാധനാലയങ്ങളും, ജോലിക്കായി പണിശാലകളും വേർതിരിവില്ലാത്ത ഒരു സമൂഹം എന്ന ആശയം അവരിൽ മുളച്ചു വരുന്നതിന് അവരെ സഹായിച്ചു എന്നു നിസ്സംശയം പറയാം. ഇവയിൽനിന്നെല്ലാം ഉരുത്തിരിഞ്ഞ

മിശ്രവിവാഹങ്ങളും ഈ പുതുചിന്താഗതിയെ കൂടുതൽ ശക്തമാക്കി. ജാതിവ്യവസ്ഥ അവർക്കു നൽകിയിരുന്ന സ്വത്വത്തെ ഉരിഞ്ഞെറിഞ്ഞ് പുതിയൊരെണ്ണത്തെ ആ പുതുസമൂഹം പുൽകുകയായിരുന്നു. തലമുറകൾ പിന്നിട്ടപ്പോൾ മിഷണറിമാർ വിഭാവനം ചെയ്തപോലെ തങ്ങളുടെ പഴയ ജാതിയെന്തു വ്യക്തമായി തിരിച്ചറിയാത്ത ഒരു ജാതിരഹിത സമൂഹം ഇവിടെ ഉടലെടുക്കുകയായിരുന്നു. ഇതിൽ മിഷണറിമാർ മുന്നോട്ടുവെച്ച ആശയങ്ങളിൽ ഏറ്റവും ശക്തമായത് പുതിയ വിദ്യാഭ്യാസ രീതിയായ **'വിവേചന രഹിതമായ വിദ്യാഭ്യാസം'** എന്നതായിരുന്നു. സമൂഹത്തിൽ വലിപ്പച്ചെറുപ്പമില്ലാതെ ഏവർക്കും യാതൊരു തടസ്സവുമില്ലാതെ വിദ്യ അഭ്യസിക്കുന്നതിനുള്ള അവസരം മിഷണറിമാർ സ്ഥാപിച്ച വിദ്യാഭ്യാസ സ്ഥാപനങ്ങളിലുണ്ടായിരുന്നു. പഠിക്കുന്നതിനു മാത്രമല്ല ഈ വിദ്യാഭ്യാസസ്ഥാപനങ്ങളിൽ പഠിപ്പിക്കുന്നതിനും ജാതിവേർതിരിവുകൾ തടസ്സമായിരുന്നില്ല എന്നത് ചരിത്രമാണ്. ഈ നവദർശനം ഇവിടെ ഒരു സാമൂഹിക നവോത്ഥാനത്തിനും അതുവഴി വേർതിരിവുകളില്ലാത്ത ഒരു പുതുതലമുറയെ സൃഷ്ടിച്ചെടുക്കുവാനും സാധിച്ചു.

ബാസൽ മിഷനും മലബാർ ക്രിസ്ത്യൻ സ്കൂളുകളും

ചരിത്ര പശ്ചാത്തലം

ബ്രിട്ടീഷ് അധിനിവേശത്തെ തുടർന്ന് മലബാറിലെ പരമ്പരാഗത സമൂഹം പത്തൊമ്പതാം നൂറ്റാണ്ടിന്റെ ആദ്യ പകുതി മുതൽ നിർണ്ണായക പരിവർത്തനങ്ങൾക്ക് വിധേയമായി. ജാതി കേന്ദ്രീകൃതവും ചലനരഹിതവുമായ അന്നത്തെ സാമൂഹികവ്യവസ്ഥയിൽ, യൂറോപ്യൻ ആശയങ്ങൾ കടന്നു കയറിയതോടെയാണ് മാറ്റങ്ങൾക്ക് വഴിയൊരുക്കപ്പെട്ടത്. പതിനെട്ടാം നൂറ്റാണ്ട് യൂറോപ്പിനെ സംബന്ധിച്ചിടത്തോളം പുതിയ ആശയസംഹിതകളുടെ പുഷ്കലകാലമായിരുന്നു. ബ്രിട്ടീഷ് കൊളോണിയൽ ഭരണം സ്ഥാപിതമായതോടെ അതിന്റെ അനുരണനങ്ങൾ മലബാർ സമൂഹത്തിലും പ്രകടമായി. യൂറോപ്പിൽ ഉയർന്നുവന്ന പുതിയ ആശയധാരകൾ, മലബാറിലെ പരമ്പരാഗത സമൂഹത്തിന് പരിചയപ്പെടുത്തുന്നതിൽ ഒരു പ്രധാന പങ്ക് വഹിച്ചവരായിരുന്നു. യൂറോപ്പിന്റെ വിവിധ ദേശങ്ങളിൽ നിന്നും ഇവിടെയെത്തിയ ക്രിസ്ത്യൻ മിഷനറിമാർ.

ബ്രിട്ടീഷ് മലബാറിൽ എത്തിച്ചേർന്ന ക്രിസ്ത്യൻ മിഷനറി സംഘങ്ങളുടെ പ്രധാന ലക്ഷ്യം മതപ്രചരണം ആയിരുന്നുവെങ്കിലും, അതിനവർ അവലംബിച്ച മാർഗങ്ങളാണ്, മലബാർ സമൂഹത്തിൽ പുരോഗമനപരമായ മാറ്റങ്ങൾക്ക് വഴിയൊരുക്കിയത്. വിദ്യാഭ്യാസമായിരുന്നു ഇതിൽ ഏറ്റവും പ്രധാനം. സമൂഹത്തിലെ ഭൂരിഭാഗം വരുന്ന ജനങ്ങൾക്ക് വിദ്യാഭ്യാസം നിഷേധിക്കപ്പെട്ടിരുന്ന മലബാറിലെ പരമ്പരാഗത സമൂഹത്തിൽ, മത-ജാതി-വർഗ-ലിംഗഭേദമന്യേ എല്ലാവർക്കും വിദ്യാഭ്യാസം നൽകാൻ ക്രിസ്ത്യൻ മിഷനറിമാർ മുന്നിട്ടിറങ്ങിയതോടെ മലബാർ സമൂഹത്തിൽ ഘടനാപരമായ മാറ്റങ്ങൾ സംജാതമായി.

താണജാതിയിൽപെട്ടതു കൊണ്ട് പാർശ്വവൽക്കരിക്കപ്പെട്ട കീഴാള ജനതയ്ക്ക്, മിഷനറിമാരുടെ വിദ്യാഭ്യാസ പ്രവർത്തനങ്ങൾ അനുഗ്രഹമായി മാറി. അടിസ്ഥാന വിഭാഗത്തിനും, വിദ്യാഭ്യാസം നേടാൻ കഴിഞ്ഞതോടെ അത് സമൂഹത്തിൽ വിപ്ലവകരമായ മാറ്റങ്ങൾക്ക് വഴിയൊരുക്കി.

അന്ന്, ബ്രിട്ടീഷ് മലബാറിൽ എത്തിച്ചേർന്ന ക്രിസ്ത്യൻ മിഷനറി സംഘങ്ങളിൽ ഏറ്റവും പ്രബലമായ വിഭാഗമായിരുന്നു ബാസൽ ഇവാഞ്ചലിക്കൽ മിഷൻ അഥവാ ബി.ഇ.എം.

1815 സെപ്റ്റംബർ 25-ന് സ്വിറ്റ്സർലാന്റിലെ ബാസൽ പട്ടണത്തിൽ റവ.നിക്കോളാസിന്റെ നേതൃത്വത്തിൽ വിളിച്ച് കൂട്ടിയ മിഷനറിമാരുടെ സമ്മേളനത്തിൽ വെച്ചാണ് ബാസൽ ഇവാഞ്ചലിക്കൽ മിഷനറി സൊസൈറ്റി രൂപീകരിക്കപ്പെട്ടത്. രൂപീകരണ ശ്രമങ്ങൾക്ക് മുന്നേ 'ജർമ്മൻ ഇവാഞ്ചലിക്കൽ സൊസൈറ്റി' എന്ന പേരിലും ഈ സംഘം അറിയപ്പെട്ടിരുന്നു.

1833 വരെ ഇംഗ്ലീഷ് ഈസ്റ്റ് ഇന്ത്യാ കമ്പനി ഇംഗ്ലണ്ട് കേന്ദ്രീകരിച്ച് പ്രവർത്തിക്കുന്ന മിഷനറി സംഘങ്ങൾക്ക മാത്രമാണ് ഇന്ത്യയിൽ പ്രവർത്തിക്കാൻ അനുമതി നൽകിയിരുന്നത്. എന്നാൽ 1833-ൽ ബ്രിട്ടീഷ് പാർലമെന്റ് പാസ്സാക്കിയ 'ചാർട്ടർ നിയമം' ഇന്ത്യയുൾപ്പെടെയുള്ള ബ്രിട്ടീഷ് കോളനികളിൽ, ഏത് രാജ്യത്തെയും മിഷനറി സംഘങ്ങൾക്ക് പ്രേക്ഷിത പ്രവർത്തനങ്ങൾ നടത്താൻ അനുമതി നൽകി. ഇതാണ് ബി.ഇ.എം.ന് മലബാറിൽ അവരുടെ പ്രവർത്തനങ്ങൾ നടത്താൻ വഴിയൊരുക്കിയത്.

ബി.ഇ.എം.ന്റെ മലബാറിലെ പ്രവർത്തനങ്ങൾ ആരംഭിക്കുന്നതിനു മുൻപുതന്നെ, തിരുവിതാംകൂറിലും, കൊച്ചിയിലും, ലണ്ടൻ മിഷനറി സൊസൈറ്റി (എൽ.എം.എസ്.) ചർച്ച് മിഷനറി സൊസൈറ്റി(സി.എം.എസ്.) എന്നീ സംഘങ്ങൾ സജീവമായിരുന്നു. മിഷനറി സംഘങ്ങൾ പൊതുവായി അവരുടെ പ്രവർത്തനങ്ങൾ കേന്ദ്രീകരിച്ചിരുന്നത് സമൂഹത്തിലെ ഏറ്റവും അടിത്തട്ടിൽ കഴിയുന്ന താണജാതിക്കാർക്കിടയിലായിരുന്നു. അതുകൊണ്ടു തന്നെയാവണം അവരിൽ നിന്നുമാണ് ഏറ്റവും അധികം ആളുകൾ ക്രിസ്തുവിന്റെ അനുയായികൾ ആയി മാറിയത്.

ബ്ലുംഹാർഡ്ററ് എന്ന ബാസൽ മിഷൻ ഇൻസ്പെക്ടർ ആണ് ഇന്ത്യയിലെ മിഷനറി പ്രവർത്തനങ്ങൾക്ക് അടിത്തറ പാകിയത്. അന്നത്തെ ജർമ്മൻ രാജകുമാരനായിരുന്ന പ്രിൻസ് വില്യംസിന്റെ സഹായത്തോടെ റവ.സാമുവൽ ഹെവിച്ച്, റവ.ജോൺ, റവ.ക്രിസ്റ്റഫർ ഗ്രീനർ

എന്നീ മൂന്ന് മിഷനറിമാർ ഇന്ത്യയിലേക്ക് യാത്ര തിരിക്കുകയും 1834 ഒക്ടോബർ 13 ന് കോഴിക്കോട് എത്തിച്ചേരുകയും ചെയ്തു. തുടർന്ന് മംഗലാപുരത്തേക്ക് പോയ അവർ അവിടം കേന്ദ്രമാക്കിയാണ് ബാസൽ മിഷൻ പ്രവർത്തനങ്ങൾ നടത്തിയത്. താമസിയാതെ അവരുടെ പ്രവർത്തനങ്ങൾ കർണ്ണാടകത്തിലേക്കും ബോംബേയിലേക്കും വ്യാപിച്ചു. മറ്റു മിഷനറി സംഘങ്ങളുടെ പ്രവർത്തന രീതിയിൽ നിന്നും വ്യത്യസ്തത പുലർത്തിയ അവർ, തങ്ങളുടെ മതം അഥവാ വിശ്വാസം തദ്ദേശീയരിൽ അടിച്ചേൽപിക്കാനോ ആരെയെങ്കിലും നിർബന്ധിച്ച് മതപരിവർത്തനം നടത്താനോ ശ്രമിച്ചിരുന്നില്ല. ഉന്നതമായ മാനുഷിക ഗുണവും ധാർമ്മികതയും ഉയർത്തി പിടിച്ചവരായിരുന്നു മിഷനറിമാർ.

മംഗലാപുരത്തിനുശേഷം ബാസൽ മിഷന്റെ രണ്ടാമത്തെ, ആസ്ഥാനം ആരംഭിച്ചത് 1837-ൽ കർണ്ണാടകത്തിലെ ധാർവാറിൽ ആയിരുന്നു. കേരളത്തിലെ ബാസൽ മിഷന്റെ ആദ്യത്തെ പ്രവർത്തന കേന്ദ്രം തുടങ്ങിയത് 1839-ൽ തലശ്ശേരിയിലാണ്. മംഗലാപുരം, ധാർവാർ, തലശ്ശേരി, എന്നീ ബാസൽ മിഷൻ കേന്ദ്രങ്ങൾ തമ്മിൽ നിലനിന്ന ദൂരവ്യത്യാസം, അന്നത്തെ സാഹചര്യങ്ങളിൽ, വളരെ കൂടുതലായിരുന്നു. ഈ മൂന്ന് കേന്ദ്രങ്ങളും സ്ഥിതി ചെയ്യുന്ന പ്രദേശങ്ങളിലെ ഭാഷകളും വ്യത്യസ്തമായിരുന്നു- തുളു, കാനറീസ്, മലയാളം.

മലബാറിൽ വിദ്യാഭ്യാസ പ്രവർത്തനങ്ങൾക്ക് പൊതുവെയും പെൺകുട്ടികളുടെ വിദ്യാഭ്യാസത്തിന് പ്രത്യേകമായും വലിയ സംഭാവനകളാണ് ബാസൽ മിഷൻ നൽകിയത്. മംഗലപുരം കേന്ദ്രമാക്കി പ്രവർത്തനങ്ങൾ നടത്തിയിരുന്ന 'ജർമ്മൻ വിമൻസ് അസോസിയേഷൻ' സ്ത്രീ വിദ്യാഭ്യാസത്തിന് പ്രാമുഖ്യം നൽകിയാണ് പ്രവർത്തിച്ചിരുന്നത്. വിദ്യാഭ്യാസം ലഭിക്കുന്നതിലൂടെ സ്ത്രീകൾ ലോകരക്ഷകൻ ആയ യേശു ക്രിസ്തുവിലേക്കും വിശുദ്ധ ഗ്രന്ഥങ്ങളിലേക്കും ആകർഷിക്കപ്പെട്ടും* എന്ന് ഉറച്ചു വിശ്വസിച്ചു. സ്ത്രീകൾക്കാവശ്യമായ മറ്റ് അറിവുകളും വിദ്യാഭ്യാസ സ്ഥാപനങ്ങളിൽ നിന്നും ലഭിക്കുമെന്നും അവർ പ്രത്യാശ പ്രകടിപ്പിച്ചു.

എന്നാൽ ആൺകുട്ടികളുടെ വിദ്യാഭ്യാസത്തിന് ലഭിച്ച സ്വീകാര്യത തദ്ദേശീയരിൽ നിന്നും പെൺകുട്ടികളുടെ വിദ്യാഭ്യാസ ശ്രമങ്ങൾക്ക് ലഭിച്ചിരുന്നില്ല. പരമ്പരാഗത സമൂഹത്തിന്റെ വിശ്വാസ പ്രമാണങ്ങൾ തന്നെയായിരുന്നു ഇതിന് പ്രധാന കാരണം. മാത്രമല്ല, പെൺകുട്ടികളുടെ വിദ്യാഭ്യാസ ശ്രമങ്ങൾക്ക് ഏറെ എതിർപ്പുകളെയും നേരിടേണ്ടി വന്നു. ഈ എതിർപ്പുകളെ എല്ലാം വിജയകരമായി അതിജീവിച്ചുകൊണ്ടും

---

* ജർമ്മൻ ഇവാഞ്ചലിക്കൽ മിഷൻ ഏഴാം വാർഷിക റിപ്പോർട്ട്, തെക്കുപടിഞ്ഞാറൻ തീരദേശം, മംഗലാപുരം, 1847, പേജ് 45.

കൂടിയാണ് മലബാറിൽ ബാസൽ മിഷൻ വിദ്യാഭ്യാസ പ്രവർത്തനങ്ങൾ സജീവമാക്കിയത്.

1845 ഡിസംബറിൽ മിസ്സിസ്. ഫ്രിറ്റ്സ് കോഴിക്കോട് ഒരു ബോഡിംഗ് സ്കൂൾ സ്ഥാപിച്ചു. ഈ സ്ഥാപനത്തിലെ 27 പെൺകുട്ടികളിൽ ഭൂരിഭാഗവും അനാഥരായിരുന്നു. പ്രാഥമിക വിദ്യാഭ്യാസം മാത്രമാണ് അവർക്ക് നൽകപ്പെട്ടത്. എഴുതുവാനും, വായിക്കുവാനും, കണക്കു കൂട്ടുവാനും, പഠിപ്പിച്ചതിനു പുറമേ പാട്ടു പാടുവാനും, ബൈബിൾ പാരായണവും അവരുടെ പാഠ്യപദ്ധതിയുടെ ഭാഗങ്ങളായിരുന്നു. 1848 ആവുമ്പോഴേക്കും കോഴിക്കോട് മൂന്ന് മലയാളം സ്കൂളുകൾ ബാസൽ മിഷൻ സ്ഥാപിച്ചു കഴിഞ്ഞിരുന്നു. ആ വർഷം ബാസൽ മിഷൻ സ്കൂളിൽ പഠിക്കുന്ന വിദ്യാർത്ഥികളുടെ എണ്ണം 230 ആയി ഉയർന്നു. പെൺകുട്ടികളുടെ ബോഡിംഗ് സ്കൂളിൽ 30 വിദ്യാർത്ഥിനികൾ ആണ് ഉണ്ടായിരുന്നത്. ഈ പെൺകുട്ടികൾ പൊതുവെ നാല് വയസ്സിനും പതിനാറ് വയസ്സിനും ഇടയിൽ പ്രായമുള്ളവർ ആയിരുന്നു.

1835 ലാണല്ലോ ഇന്ത്യയിലെ വിദ്യഭ്യാസത്തിന്റെ മാധ്യമം ഇംഗ്ലീഷ് ആയിരിക്കണമെന്ന്, മെക്കാളെയുടെ മിനുട്സിനെ അടിസ്ഥാനമാക്കി ബ്രിട്ടീഷ് ഗവൺമെന്റ് തീരുമാനമെടുത്തത്. ഇതോടെ ഇന്ത്യയിലെ സാധാരണക്കാർക്ക് ഇംഗ്ലീഷ് പഠിക്കാനും അതിലൂടെ പാശ്ചാത്യവിദ്യാഭ്യാസം നേടാനും അവസരമൊരുക്കി. മലബാറിൽ ഇംഗ്ലീഷ് പഠനവും പാശ്ചാത്യ രീതിയിലുള്ള വിദ്യാഭ്യാസവും പരിചയപ്പെടുത്തിയത് ബാസൽ മിഷൻ ആയിരുന്നു. ഇന്ത്യയെ ക്രൈസ്തവവൽക്കരിക്കുന്നതിൽ വിദ്യാഭ്യാസത്തിനുള്ള പങ്ക് വളരെ പെട്ടെന്ന് തന്നെ തിരിച്ചറിഞ്ഞതായി അന്നത്തെ വാർഷികറിപ്പോർട്ടിൽ അവർ രേഖപ്പെടുത്തുന്നുണ്ട്*.

പ്രാഥമിക വിദ്യാഭ്യാസത്തിനാണ് മലബാറിൽ ബാസൽ മിഷൻ മുൻഗണന നൽകിയിരുന്നത്. അവരുടെ സ്കൂളുകൾ എല്ലാ അർത്ഥത്തിലും 'മാതൃകാവിദ്യാലയങ്ങൾ' തന്നെയായിരുന്നു. വായു സഞ്ചാരവും, ആവശ്യമായ സ്ഥലസൗകര്യങ്ങളും ഉള്ള ഉറപ്പുള്ള കെട്ടിടങ്ങൾ ഈ സ്കൂളുകളുടെമുഖമുദ്ര ആയിരുന്നുവെന്ന് പറയാം. ഇരുന്ന് എഴുതാനും വായിക്കാനും സഹായിക്കുന്ന ബഞ്ചുകളും ഡസ്കുകളും ക്ലാസ് മുറികളെ സമ്പന്നമാക്കി പഠിക്കാനുള്ള പാഠപുസ്തകങ്ങളും അവർക്ക് സൗജന്യമായി നൽകപ്പെട്ടു. മലബാറിലെ മിഷനറി വിദ്യാഭ്യാസ പ്രവർത്തനങ്ങൾ പരാമർശിക്കപ്പെടുമ്പോൾ, ഒരിക്കലും മറന്നു പോകാൻ

* ജർമ്മൻ ഇവാഞ്ചലിക്കൽ മിഷൻ 64-ാം വാർഷിക റിപ്പോർട്ട്, മംഗലാപുരം, 1904, പേജ് 1.

പാടില്ലാത്ത പേരാണ് ഹെർമൻ ഗുണ്ടർട്ടിന്റേത്. 1839 മെയ് 14 ന് തലശ്ശേരിയിൽ ഗുണ്ടർട്ട് ഒരു ഭാഷാ സ്കൂൾ സ്ഥാപിച്ചു. അതേ പോലെ മലബറിൽ ഇംഗ്ലീഷ് വിദ്യാഭ്യാസം പ്രചരിപ്പിക്കുന്നതിൽ സുപ്രധാനമായ പങ്കു വഹിച്ച മറ്റൊരു ശ്രദ്ധേയനായ മിഷനറിയാണ് റവ.സാമുവൽ ഹെബിക്.

ബാസൽ മിഷന്റെ പ്രധാന പ്രവർത്തനമേഖലകൾ കണ്ണൂർ, കോഴിക്കോട്. തലശ്ശേരി, തുടങ്ങിയ യൂറോപ്യൻ കേന്ദ്രങ്ങളായിരുന്നു. മലബാറിൽ പല സ്ഥലങ്ങളിലും പ്രാഥമിക വിദ്യാലയങ്ങളും ഹൈസ്കൂളുകളും ആരംഭിക്കുന്നതിൽ പ്രധാന പങ്ക് വഹിച്ചത് മിഷൻ പ്രവർത്തനങ്ങളായിരുന്നു. മിഷൻ പ്രവർത്തനങ്ങൾക്ക്, സജീവമായ പിന്തുണ നൽകിയത് അന്നത്തെ മലബാറിലെ ബ്രിട്ടീഷ് ഭരണാധികാരികൾ ആയിരുന്നു. മിഷനറി സ്കൂളുകളിൽ ജാതി വ്യത്യാസങ്ങളില്ലാതെ എല്ലാതരം വിദ്യാർത്ഥികളും പഠിക്കാനെത്തിയിരുന്നുവെങ്കിലും അവരിൽ ഭൂരിഭാഗം പേരും 'തിയ്യ' സമുദായത്തിൽപ്പെട്ടവരായിരുന്നുവെന്നാണ് ബാസൽ മിഷൻ റിപ്പോർട്ടിൽ അടയാളപ്പെടുത്തുന്നത്*.

പത്തൊമ്പതാം നൂറ്റാണ്ടിലെ മലബാറിലെ ബാസൽ മിഷൻ വിദ്യാഭ്യാസ പ്രവർത്തനങ്ങൾ തദ്ദേശീയ സമൂഹത്തിൽ ഒരു പുതിയ ഉണർവിന് വഴിയൊരുക്കി. അവരുടെ വിദ്യാഭ്യാസ സ്ഥാപനങ്ങളും പ്രേക്ഷിത പ്രവർത്തനങ്ങളും പരസ്പരം ബന്ധപ്പെട്ടതാണ്. ആധുനിക വിദ്യാഭ്യാസം നേടിയ ചെറുപ്പക്കാരുടെ ഒരു പുതിയ തലമുറ ഉയർന്നു വരുന്നതിനും അതുവഴി ആധുനികവൽക്കരണത്തിന് തുടക്കം കുറിക്കുന്നതിനും അവരുടെ പ്രവർത്തനങ്ങൾ നിർണ്ണായകമായി.

പത്തൊമ്പതാം നൂറ്റാണ്ടിന്റെ അവസാനമായപ്പോഴേക്കും പാശ്ചാത്യ രീതിയിലുള്ള ആധുനിക വിദ്യാഭ്യാസം മലബാറിൽ സാർവത്രികമായി കഴിഞ്ഞിരുന്നു. വിദ്യാഭ്യാസ രംഗത്ത് മിഷനറിമാരുടെ പ്രവർത്തനങ്ങൾ മലബാർ സമൂഹത്തിൽ അവർ വരുത്തിയ മാറ്റങ്ങൾ എന്നിവ വിശകലനം ചെയ്യുന്ന 'മൂർക്കോത്ത് കുഞ്ഞപ്പയുടെ അനുഭവങ്ങൾ' ഒരു സാക്ഷ്യപത്രമായി കണക്കാക്കാം. അദ്ദേഹം എഴുതുന്നു.

“അനേകം സാധു വിദ്യാർത്ഥികളെ സൗജന്യമായി പഠിപ്പിച്ചു പോരുന്നതിനാലാണ്, അനേകം സാധുക്കൾ പഠിച്ച് യോഗ്യൻമാരും ഉദ്യോഗസ്ഥന്മാരും ആയിത്തീരാനും, ഇംഗ്ലീഷ് വിദ്യാഭ്യാസത്തിന്റെ ഗുണം നാട്ടുകാർക്ക് ധാരാളം മനസ്സിലാക്കുവാനും സംഗതി ആയത്.

* എ ഷോർട്ട് ഹിസ്റ്ററി ഓഫ് ദി ബി.ജി.എം. കോളേജ് ഇൻ മലബാർ, 1992 (ബാസൽ) നമ്പർ 185.

എനിക്ക് ഈ മിഷൻ സ്കൂളുകളോടുള്ള കൃതജ്ഞത അപരിമിതമാകുന്നു ഈ സ്കൂളുകളിൽ മെട്രിക്കുലേഷൻ വരെ ഞാൻ ഫീസ് കൊടുക്കാതെയാണ് പഠിച്ചിരുന്നത്. എന്നേപ്പോലെ അനേകം പേർ വേറെയുണ്ടെന്ന് ഞാൻ നല്ലവണ്ണം അറിയുന്നു."*

1848-ൽ കല്ലായിൽ സ്ഥാപിച്ച പ്രൈമറി സ്കൂളിൽ നിന്നാണ് മലബാർ ക്രിസ്ത്യൻ കോളേജ് വികസിച്ചത്. കല്ലായിൽ നിന്ന് സ്കൂളുകൾ കൂടുതൽ വിദ്യാർത്ഥികളെ ആകർഷിക്കാനായി കോഴിക്കോട്ടേക്ക് മാറ്റപ്പെട്ടു. 1872-ൽ ഈ സ്കൂൾ മിഡിൽ സ്കൂളായും 1879-ൽ ഹൈസ്കൂളായും ഉയർത്തപ്പെട്ടു. 1907-ൽ സ്കൂൾ ഒരു സെക്കന്റ് ഗ്രേഡ് കോളേജ് ആയും ഉയർത്തപ്പെട്ടു.

---

* മൂർക്കോത്ത് കുഞ്ഞപ്പ, മൂർക്കോത്ത് കുമാരൻ, നാഷണൽ ബുക്സ്റ്റാൾ, കോട്ടയം, 1975, പേജ് 36-37

സ്ഥാപക മിഷിനറിമാർ

റവ. ഡോ. ഹെർമൻ ഗുണ്ടർട്ട്

റവ. ജോൺ മൈക്കൾ ഫ്രിറ്റ്സ്

റവ. എസ്. ഹെബിക്

മലബാർ ക്രിസ്ത്യൻ കോളേജ് ഹൈസ്കൂളിന്റെ ചരിത്രത്തിലേയ്ക്ക് ഒരെത്തിനോട്ടം*

1842 മെയ് മാസം 14-ാം തീയ്യതി കോഴിക്കോട് നഗരത്തിൽ മഹത് സംരംഭത്തിന്റെ നാന്ദികുറിയ്ക്കുകയുണ്ടായി. അന്നാണ് റവ: ജോൺ മൈക്കൾ ഫ്രിറ്റ്സ് ഒരു ബാസൽ മിഷ്യൻ കേന്ദ്രം സ്ഥാപിക്കുന്നതിനായി കോഴിക്കോട്ടെത്തിയത്. ക്രിസ്തുദേവന്റെ ദിവ്യസന്ദേശങ്ങളെ പ്രചരിപ്പിക്കുന്നതോടൊപ്പം അദ്ദേഹത്തിന്റെ ശ്രദ്ധ വിദ്യാഭ്യാസകാര്യത്തിലും പതിയുകയുണ്ടായി. അക്കാലത്ത് കോഴിക്കോട് ജില്ലയിൽ കൈവിരലിൽ എണ്ണാവുന്ന വിദ്യാലയങ്ങൾ തന്നെ ഉണ്ടായിരുന്നുവോ എന്ന കാര്യം സംശയമാണ്. ഇംഗ്ലീഷ് വിദ്യാഭ്യാസം അന്നുള്ളവർക്ക് അജ്ഞാതമായിരുന്നു.

കല്ലായിൽ മേൽപ്പറഞ്ഞ പരിതസ്ഥിതിയിലാണ് 1848-ൽ ബി.ജി.ഇ.എം. ഇംഗ്ലീഷ് സ്കൂൾ എന്ന പേരിൽ ഈ വിദ്യാലയം കല്ലായിൽ ജന്മമെടുത്തത്. സ്ഥാപകൻ റവ: ജോൺ മൈക്കൾ ഫ്രിറ്റ്സ് തന്നെയായിരുന്നു. നഗരത്തിൽ ഇംഗ്ലീഷ് പഠിപ്പിക്കുന്ന ഒരേയൊരു വിദ്യാലയമായിരുന്നു അന്ന് ഇത്. എല്ലാ ജാതിയിലും മതത്തിലും പെട്ട കുട്ടികൾക്ക് ഈ വിദ്യാലയത്തിൽ പ്രവേശനം നൽകിയിരുന്നുവെന്നതാണ് ഇതിന്റെ മറ്റൊരു സവിശേഷത. അഞ്ച് ക്ലാസ്സുകളോടുകൂടി ആരംഭിച്ച ഇതിലെ വിദ്യാർത്ഥികളുടെ എണ്ണം 40-നും 100-നും ഇടയ്ക്കായിരുന്നു. സ്കൂളിന്റെ ആദ്യത്തെ മാനേജരായിരുന്ന റവ: ഹ്യൂബറിന്റെ പ്രാർത്ഥന തന്റെ ഈ സ്ഥാപനത്തിലെ വിദ്യാർത്ഥികളുടെ എണ്ണം 100 എങ്കിലും ആവണമെന്നതായിരുന്നുവത്രെ.

---

* മലബാർ ക്രിസ്ത്യൻ കോളേജ് ഹൈസ്കൂൾ 125-ാം വാർഷിക സുവനീർ, 1974.

ഈ വിദ്യാലയ ശിശുവിനെ പരിചരിക്കുന്നതിൽ ഇതിന്റെ സ്ഥാപകനായിരുന്ന ഫ്രിറ്റ്സ് സായ്‌വും, മാനേജരായിരുന്ന ഹ്യൂബർ സായ്‌വും വളരെയധികം ശ്രദ്ധപതിപ്പിച്ചു. അന്നത്തെ മലബാർ കലക്ടരായിരുന്ന എച്ച്. വി. കനോലിയുടെ സവിശേഷവാത്സല്യത്തിന് പാത്രമാകുവാൻ ഇതിന്നു ഭാഗ്യം ലഭിക്കുകയുണ്ടായി. അതോടുകൂടി ഇതിന്റെ ശുക്രദശ ആരംഭിച്ചുവെന്നു പറയാം. സ്വന്തം നിലയിലും, സർക്കാർ തലത്തിലും അദ്ദേഹം ഇതിന്റെ വളർച്ചക്ക് ധനസഹായം നൽകി. കനോലി എന്ന വിശേഷ നാമധേയം ലഭിയ്ക്കത്തക്കവണ്ണം അത്രയേറെ താല്പര്യം അദ്ദേഹത്തിന്നു ഈ സ്ഥാപനത്തോടുണ്ടായിരുന്നു. ശ്രീ കനോലിക്കുശേഷം കലക്ടറായി വന്ന ശ്രീ. റോബിൻസൺ സായ്‌വും ഇതിന്റെ വളർച്ചക്ക് ആത്മാർത്ഥമായ സഹായം നൽകി. അദ്ദേഹത്തിന്റെ നിർദ്ദേശപ്രകാരം 1859-ൽ, ഇന്ന് ബി.ഇ.എം. ഗേൾസ് ഹൈസ്കൂൾ സ്ഥിതിചെയ്യുന്ന സ്ഥലത്തേക്ക് ഈ വിദ്യാലയം മാറ്റി.

ആംഗ്ലോ വർനാകുലർ പ്രൈമറി സ്കൂൾ - 1859- 1872: പുതിയ സ്ഥലവും, അന്തരീക്ഷവും ഈ സ്ഥാപനത്തിന്റെ ശോഭനമായ ഭാവിക്കു പ്രേരക ഘടകങ്ങളായിത്തീർന്നു. ബാസൽ മിഷ്യൻ ചർച്ചിന്റെ തണലിൽ ഇതു നാൾക്കുനാൾ പുരോഗതിയിലേക്കു കുതിച്ചുതുടങ്ങി. 1859-ൽ ഇതിന്റെ പേര് ബി.ജി.ഇ.എം. ആംഗ്ലോ വർനാകുലർ സ്കൂൾ എന്നാക്കി മാറ്റി. അന്നത്തെ ഹെഡ് മാസ്റ്റർ ശ്രീ. എച്ച്. സാലിസ്ബറിയും, മാനേജർ പി. എ. കോൺവർട്ടും ആയിരുന്നു. ഇവർ രണ്ടുപേരും ഇതിന്റെ ചരിത്രത്തിൽ മായാത്ത വ്യക്തിമുദ്ര പതിപ്പിച്ചവരാണ്. 1867-ൽ ഗ്രാൻട് -ഇൻ -എയിഡ് നിയമമനുസരിച്ചു ഇതൊരു അംഗീകൃത വിദ്യാലയമായിത്തീർന്നു. 480 ക.യായിരുന്നു ഗവർമെണ്ടിൽ നിന്നും ആദ്യമായി കിട്ടിയ സഹായധനം. സ്ഥലത്തെ യൂറോപ്യന്മാരുടേയും ഉയർന്ന ഉദ്യോഗസ്ഥന്മാരുടേയും നിർല്ലോഭമായ ധനസഹായം കൂടി ലഭിച്ചപ്പോൾ ബാലാരിഷ്ടതകളിൽ നിന്നും ഇതിന്നു മോചനം ലഭിച്ചു.

മിഡിൽ സ്കൂൾ - 1872 - 1878 :

1872-ൽ ഒരു മിഡിൽ സ്കൂളായി ഉയരുവാൻ ഈ വിദ്യാലയത്തിനു അവസരം ലഭിച്ചു. ശ്രീ. ഗോവിന്ദമേനോൻ ഹെഡ് മാസ്റ്ററായി നിയമിക്കപ്പെട്ടു. 1875 മെയ് 25 ഈ വിദ്യാലയത്തിന്റെ ചരിത്രത്തിൽ ഒരു സുപ്രധാന ദിനമായി ഗണിക്കപ്പെടുന്നു 6000ക. ചെലവഴിച്ച് നിർമ്മിച്ച ഒരു പുതിയ കെട്ടിടം അന്നാണു ശ്രീ. സിസിൽ എം. ബാരോ (ഇദ്ദേഹം പിന്നീട് ഗവൺമെണ്ട് പ്രൊവിൻഷ്യൽ സ്കൂൾ പ്രിൻസിപ്പാളായി) ഉൽഘാടനം ചെയ്തത്. ആഡംബരപൂർണ്ണമായി നടത്തപ്പെട്ട ഉൽഘാടനച്ചടങ്ങിൽ, ജർമ്മൻ മിഷ്യനറിമാർ നടത്തുന്ന വിദ്യാഭ്യാസപരമായ

നിസ്വാർത്ഥ സേവനങ്ങളെപ്പറ്റി യൂറോപ്യന്മാരും നാട്ടുകാരും മുക്തകണ്ഠം പ്രശംസിക്കുകയുണ്ടായി.

കാലത്തിന്റെ ആഹ്വാനം ചെവി കൊള്ളുവാൻ കഴിവുണ്ടായിരുന്ന മിഷ്യനറിമാർ 1879-ൽ ഈ സ്ഥാപനത്തെ ഒരു ഹൈസ്കൂളാക്കി ഉയർത്തി. ദിവാൻ ബഹദൂർ ജി. ടി. വർഗ്ഗീസ്, ബി. എ. ഹൈസ്കൂൾ ഹെഡ്മാസ്റ്ററായി നിയമിക്കപ്പെട്ടു. പുതിയ ഹെഡ്മാസ്റ്ററുടെ കർമ്മകുശലതയും, വ്യക്തിപ്രഭാവവും ഒത്തുചേർന്നപ്പോൾ ഈ സ്ഥാപനം പുരോഗതിയുടെ രാജപാതയിലേക്കു കുതിച്ചുതുടങ്ങി. 1878-ൽ ആകെ വിദ്യാർത്ഥികളുടെ എണ്ണം 165 ആയിരുന്നത് 1883-ൽ 409 ആയി വർദ്ധിച്ചു. 1881-ലാണ് ഈ വിദ്യാലയത്തിൽ നിന്നും വിദ്യാത്ഥികൾ ആദ്യമായി മെട്രിക്കുലേഷൻ പരീക്ഷക്ക് ഹാജരായത്. അന്നത്തെ മദ്രാസ് സംസ്ഥാന വിദ്യാഭ്യാസ ഡയറക്ടർ ഈ സ്കൂളിനെപ്പറ്റി എഴുതിയ അഭിപ്രായം ഇങ്ങനെയാണ്: ഈ ബാസൽമിഷ്യൻ സ്കൂൾ മദ്രാസ് സംസ്ഥാനത്തിലെ ഏറ്റവും നല്ല പ്രൊട്ടസ്റ്റന്റ് മിഷ്യൻ സ്കൂളുകളിൽ ഒന്നാകുന്നു.

ഡോ. ഫ്രോൺ മേയർ മാനേജരായി വന്നപ്പോഴാണ് സ്കൂളിന്നാവശ്യമായ ലൈബ്രറി പുസ്തകങ്ങളും, സയൻസ് സാമഗ്രികളും സജ്ജീകരിക്കപ്പെട്ടത്.

ഇരുപതാം നൂറ്റാണ്ടിന്റെ പിറവി ഈ വിദ്യാലയ ഭാരവാഹികളുടെ മുമ്പിൽ ചില നൂതനപ്രശ്നങ്ങൾ സൃഷ്ടിച്ചു. വിദ്യാർത്ഥികളുടെ വർദ്ധിച്ചുവരുന്ന എണ്ണത്തിനനുസരിച്ച പുതിയ കെട്ടിടങ്ങൾ നിർമ്മിക്കുവാനുള്ള സ്ഥലസൗകര്യം അന്നു സ്കൂൾ നിന്നിരുന്ന സ്ഥലത്തുണ്ടായിരുന്നില്ല. മാത്രമല്ല, കോഴിക്കോട്ടെയും, പരിസരങ്ങളിലേയും ഒരു പ്രമുഖ സമുദായക്കാരായ തിയ്യർ തങ്ങൾക്ക് കോളേജ് വിദ്യാഭ്യാസത്തിനുള്ള സൗകര്യം ഉണ്ടാക്കിത്തരണമെന്നും മിഷ്യൻ അധികൃതരോടഭ്യർത്ഥിച്ചുകൊണ്ടുമിരുന്നു. അന്നു കോഴിക്കോട്ടുണ്ടായിരുന്ന മറ്റു ചില വിദ്യാലയങ്ങളിൽ അവർണ്ണ സമുദായത്തിനും പ്രവേശനം നിഷേധിക്കപ്പെട്ടിരുന്നുവെന്നും ഇവിടെ സ്മരിക്കേണ്ടതുണ്ട്. മേൽച്ചേർത്ത രണ്ടു കാര്യങ്ങളെ കണക്കിലെടുത്തു വിശാലമായ ഒരു പുതിയ സ്ഥലം വിലയ്ക്കെടുക്കുവാനും, വിദ്യാലയം അങ്ങോട്ടു മാറ്റുവാനും തീരുമാനിച്ചു. സ്കൂളും, കോളേജും നില്ക്കുന്ന ഇന്നത്തെ സ്ഥലം 1904-ൽ സാമൂതിരി രാജാവിൽ നിന്നും വിലയ്ക്കെടുത്തു പുതിയ കെട്ടിടങ്ങൾ നിർമ്മിക്കുവാൻ തുടങ്ങി. മിഷനോട് ബന്ധപ്പെട്ടിരുന്ന ഇൻഡസ്ട്രിയൽ എയിഡ് സൊസൈറ്റിയാണ് ഇതിന്നാവശ്യമായ ധനസഹായം നൽകിയത്. 60,000ക.യോളം ചെലവാക്കി രണ്ടു ബ്ലോക്കുകൾ നിർമ്മിക്കപ്പെട്ടു. 1905ൽ പ്രൈമറി വിഭാഗവും 1906-ൽ ഹൈസ്കൂൾ വിഭാഗവും പുതിയ സ്ഥലത്തേക്കു മാറ്റി.

അക്കാലത്തെ ഹെഡ് മാസ്റ്റർ ശ്രീ. ജോൺ കുര്യൻ ആയിരുന്നു. അച്ചടക്കം പാലിക്കുന്നതിൽ ഇത്രയധികം കർക്കശനായിരുന്ന ഒരു ഹെഡ് മാസ്റ്റർ വേറെ ഉണ്ടായിട്ടില്ലെന്ന് അദ്ദേഹത്തിന്റെ ശിഷ്യന്മാരിൽ ചിലർ പറഞ്ഞുകേട്ടിട്ടുണ്ട്.

1909-ൽ ഹൈസ്കൂൾ ഒരു രണ്ടാം ഗ്രേഡ് കോളേജായി ഉയർത്തപ്പെട്ടു. കോളേജായിത്തീർന്നതോടുകൂടി ഹൈസ്കൂളിന്റെ പ്രധാന ബ്ലോക്കിന്റെ പകുതിഭാഗം കോളേജ് ക്ലാസ്സുകൾക്കായി ഉപയോഗപ്പെടുത്തുകയാണുണ്ടായത്. ക്രമത്തിൽ ബാക്കി പകുതിഭാഗവും കോളേജാവശ്യാർത്ഥം വിട്ടുകൊടുക്കേണ്ടി വന്നു.

അദ്ധ്യാപനത്തിലും, അദ്ധ്യയനത്തിലും, അച്ചടക്കത്തിലും, കായിക മത്സരത്തിലും മലബാറിലെ വിദ്യാലയങ്ങളിൽ ഈ സ്ഥാപനം അഗ്രിമസ്ഥാനം വഹിച്ച് പരിലസിച്ചിരുന്ന ഒരു കാലമുണ്ടായിരുന്നു. വിവിധ മണ്ഡലങ്ങളിൽ സ്തുത്യർഹമായ സേവനം അനുഷ്ഠിച്ചവരും, ഇപ്പോഴും അനുഷ്ഠിച്ചുകൊണ്ടിരിക്കുന്നവരുമായ ഒട്ടേറെ പ്രശസ്ത വ്യക്തികളെ വാർത്തെടുക്കുവാൻ ഈ വിദ്യാലയത്തിന്നു കഴിഞ്ഞിട്ടുണ്ടെന്ന സത്യം അഭിമാനപൂർവ്വം ഇവിടെ അനുസ്മരിച്ചുകൊള്ളുന്നു.

അജ്ഞാനാന്ധകാരത്തിൽ കിടന്നിരുന്ന ഒരു വലിയ ജനവിഭാഗത്തിന്റെ മുമ്പിൽ ജ്ഞാനവിജ്ഞാനങ്ങളുടെ കവാടം തുറന്നുകൊടുത്ത ഇതിന്റെ സ്ഥാപകരുടേയും, ഇതിന്റെ അഭ്യുദയത്തിനു വേണ്ടി ത്യാഗസുരഭിലമായ സേവനമനുഷ്ഠിച്ച മറ്റെല്ലാ മഹാന്മാരുടേയും മുമ്പിൽ ഞങ്ങൾ ഈ അവസരത്തിൽ ആദരാഞ്ജലികൾ അർപ്പിച്ചുകൊള്ളുന്നു.

ഒന്നാം ലോകമഹായുദ്ധക്കാലത്ത് മിഷന്റെ സ്വത്തുക്കൾ ബ്രിട്ടീഷ് ഗവർമെണ്ട് പിടിച്ചെടുക്കുകയും ജർമ്മൻ മിഷനറിമാരെ തടങ്കലിൽ വെക്കുകയും ചെയ്ത അവസരത്തിൽ കോളേജിന്റെ താൽക്കാലിക നടത്തിപ്പ് മദ്രാസ് ക്രിസ്ത്യൻ കോളേജ് ഏറ്റെടുത്തു. അന്ന് മുതൽ കോളേജ്, ഹൈസ്കൂൾ എന്നിവ മലബാർ ക്രിസ്ത്യൻ കോളേജ്, മലബാർ ക്രിസ്ത്യൻ കോളേജ് ഹൈസ്കൂൾ എന്നീ പേരുകളിൽ അറിയപ്പെടാൻ തുടങ്ങി. 1 മുതൽ 10 വരെയുള്ള ക്ലാസ്സുകൾ ഉൾപ്പെട്ടതായിരുന്നു ഹൈസ്കൂൾ.

ആ കാലഘട്ടങ്ങളിൽ ജർമ്മനിയും ഇംഗ്ലണ്ടും ആഗോളതലത്തിൽ പുലർത്തിവന്ന ശത്രുത ജർമ്മനിയാൽ നിയന്ത്രിക്കപ്പെട്ടിരുന്ന ബാസൽ മിഷനെയും ഇംഗ്ലീഷ് ഭരണകൂടം ശത്രുക്കളായി കണ്ടതിനാൽ യുദ്ധാനന്തരം മിഷന്റെ കീഴിലുള്ള മലബാറിലെ കോളേജും, ഹൈസ്കൂളുകളും, ഇന്ത്യയിൽത്തന്നെ റജിസ്റ്റർ ചെയ്ത റജിസ്റ്റേഡ് സൊസൈറ്റി, 'മലബാർ

ആന്റ് സൗത്ത് കാനറാ എജ്ജുക്കേഷൻ സൊസൈറ്റി'യെ അക്കാലത്തെ ബാസൽ മിഷ്യൻ നേതൃത്വം ഏൽപ്പിച്ചു. അതോടുകൂടി മലബാർ ക്രിസ്ത്യൻ കോളേജ് ഹൈസ്കൂളിന്റെ മാനേജറായി മലബാർ ക്രിസ്ത്യൻ കോളേജ് പ്രിൻസിപ്പാൾ ഭരണമേൽക്കുകയും ചെയ്തു.

1960 ഡിസംബർ മാസത്തോടുകൂടി പ്രൈമറി വിഭാഗം ഹൈസ്കൂളിൽ നിന്ന് വേർപെടുകയും അതേ കോമ്പൗണ്ടിലുള്ള സ്കൂൾ ഇന്ന് സ്ഥിതി ചെയ്യുന്ന സ്ഥലത്തേക്ക് മാറുകയും ചെയ്തു. അങ്ങിനെ പ്രൈമറി വിഭാഗം 'എം.സി.സി.എൽ.പി. സ്കൂൾ' എന്ന പേരിൽ അറിയപ്പെടുന്നു. സി.എസ്.ഐ. രൂപീകരണത്തിനോടനുബന്ധിച്ചുള്ള കാലഘട്ടത്തിൽ മാനേജ്മെന്റ്, മലബാർ ആന്റ് സൗത്ത് കാനറ ക്രിസ്ത്യൻ എഡ്യുക്കേഷൻ സൊസൈറ്റിയിൽ നിന്നും 'സി.എസ്.ഐ. ഉത്തരകേരള മഹായിടവകയ്ക്ക്' (ഇപ്പോൾ സി.എസ്.ഐ. മലബാർ മഹായിടവക) ലഭിക്കുകയും മഹായിടവക ബിഷപ്പിന്റെ അദ്ധ്യക്ഷതയിൽ എഡ്യുക്കേഷണൽ ഏജൻസിയുടെ കീഴിൽ പ്രവർത്തിച്ചുവരികയും ചെയ്യുന്നു.

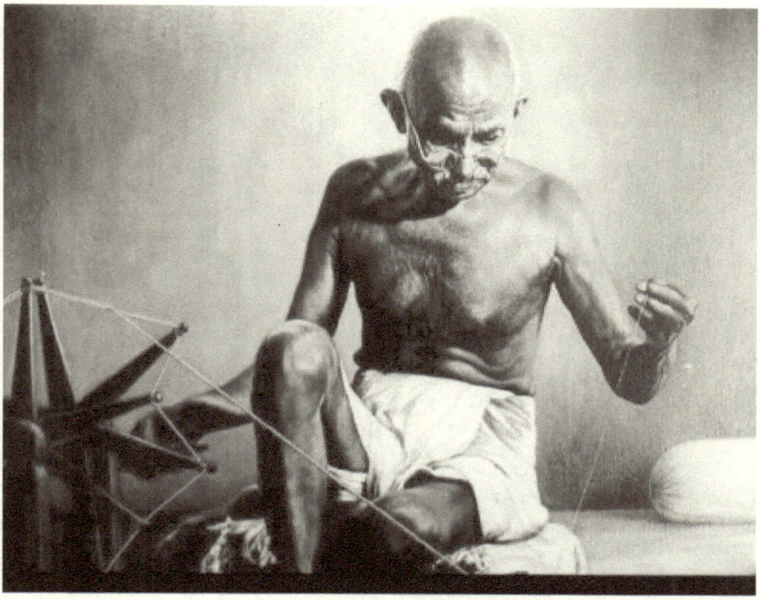

മഹാത്മാവിന്റെ പാദസ്പർശമേറ്റ എം.സി.സി.

അഞ്ചു പ്രാവശ്യമാണ് രാഷ്ട്രപിതാവ് മഹാത്മാഗാന്ധി കേരളം സന്ദർശിച്ചത്. 1920, 1925, 1927, 1934, 1937. നാലാം സന്ദർശനത്തിനിടയിലാണ് മഹാത്മാവിന്റെ പാദസ്പർശമേൽക്കാൻ എം.സി.സി.ക്ക് ഭാഗ്യമുണ്ടായത്. ഗാന്ധിജി സന്ദർശിച്ച അപൂർവ്വം വിദ്യാഭ്യാസ സ്ഥാപനങ്ങളിലൊന്നാണ് മലബാർ ക്രിസ്ത്യൻ കോളേജ്. ദളിത് ജനവിഭാഗങ്ങളുടെ ഉന്നമനത്തിനായി വിദ്യാർത്ഥികൾ സ്വരൂപിച്ച ഫണ്ട് സ്വീകരിക്കാൻ അദ്ദേഹം 1934 ജനുവരി 13 നാണ് മലബാർ ക്രിസ്ത്യൻ കോളേജിലെത്തിയത്. അന്ന് കോളേജും സ്കൂളും തമ്മിലുള്ള അന്തരം തീരെയില്ലായിരുന്നു. രണ്ടു സ്ഥാപനങ്ങളെയും വേർതിരിക്കാനുള്ള മതിലു പോലുമില്ലായിരുന്നു. അതുകൊണ്ടുതന്നെ മഹാത്മാവിന്റെ മലബാർ ക്രിസ്ത്യൻ കോളേജിലേക്കുള്ള സന്ദർശനം സ്കൂളിനെയും അവിടത്തെ അദ്ധ്യാപകരെയും വിദ്യാർത്ഥികളെയും ഒരുപോലെ സ്വാധീനിച്ചു.

459. SPEECH AT MALABAR CHRISTIAN COLLEGE, CALICUT

January, 13, 1934

It was a great joy to me when I received the invitation to come to you to receive a purse for the Harijan cause and to speak a few words to you. You have naturally expressed your sympathy with the cause. But you boys ought not to be satisfied with the certificate that your Principal has given to the institution and therefore by implication to you also.[2] You are called upon to do something much more vital, to regard untouchability not as an institution descended to us from Divinity but as an institution which has been devised by the devil himself for encompassing our undoing. We, all of us, no matter to what faith we may belong, are children of the same Creator. There is but one Creator. We do say that with our lips, but we deny that profession in every walk of life and in so many of our activities. That lie we ought to get rid of from our lives. And who can do this better than the students? You must therefore make the announcement fearlessly that if we are children of the same God, then we are all equal. Do not in your mind cross-examine and say, 'How can we be equal ?' Some of you are very bright boys, and have received prizes and occupy front ranks in the classes, and how can those who are at the top of the class be on a par with those who are at the bottom of the class ? This is a fine conundrum for you and me and you ought to solve it wisely and not unwisely. Very often we solve these puzzles as we solve puzzles in arithmetic and geometry. If you are able to solve

[1] Gandhiji then unveiled the portrait of K. Madhavan Nair. Later during the day Gandhiji visited the office of the *Mathrubhumi*, a Malayalam daily, and addressing its staff described Mr. Madhavan Nair as the soul of the Trust due to whose ceaseless effort the paper occupied its unique place. It was not too much to say that it had occupied a unique place in Malabar. He appealed to the staff to follow in the steps of the late Mr. Madhavan Nair, who was whole-heartedly in favour of the Harijan movement, without mental reservations or anything of the kind. Pure and simple, it was a religious movement.

[2] The principal of the college had observed that Harijan boys in the institution were treated on a par with others.

VOL. 62 : 8 OCTOBER, 1933 - 17 JANUARY, 1934 433

മഹാത്മാഗാന്ധി മലബാർ ക്രിസ്ത്യൻ കോളേജിൽ ചെയ്ത പ്രസംഗത്തിന്റെ പൂർണ്ണ രൂപം.

എം.സി.സി.യിൽ മഹാത്മാവ് തന്റെ പ്രസംഗത്തിൽ ഉടനീളം സംസാരിച്ചത് അയിത്തത്തിനെതിരെയായിരുന്നു. അയിത്തം എന്ന തിന്മയെ വിദ്യാർത്ഥികൾ എതിർത്തു തോൽപ്പിക്കണമെന്ന് അദ്ദേഹം ആഹ്വാനം ചെയ്തു.

സെലക്ടഡ് വർക്സ് ഓഫ് മഹാത്മാഗാന്ധി, വോള്യം 62, പേജ് 438

these wisely, then I will give you illustrations of earthly parents. Those of you who have brothers will realize that all have not the same degree of intelligence and of virtues. You are not certainly of the same age. You do not enjoy the same vigorous constitution. And yet do you find your parents distinguishing between you and those who are brighter and more diligent ? On the contrary perhaps your parents will give more to those who are helpless and are in need of help than to those who are brighter and well able to take care of themselves. Do you suppose then that the Divine Father, the Father of all fathers that the world has ever seen, will treat some from their very birth to be untouchables and therefore the lowest and others to be the highest at the top of ladder ? I suppose this is a self-proved proposition of untouchability as you are practising it today. The purse will be turned to good account if it is given as an earnest of your determination to change your hearts and to regard no person as untouchable on the face of the earth. Religion teaches us to consider ourselves as the lowest and everybody else as the highest. Do all of you behave like that ? Untouchability has undoubtedly to go. It is eating into the very vitals of our being and it crushes the very soul. If you are able to understand my words then you will so change your hearts and transform them that you will not allow untouchability in any shape or form to find a residence in your hearts. You will not allow untouchability towards boys belonging to other religions. You will go to Harijan quarters, instead of wasting your time, you will go there, serve the Harijan boys, and find out what their wants are. If your parents give you five pies or whatever it is, you must at least spare a portion of that money for the Harijan boys who are in greater need than yourselves. You will give your leisure minutes for the service of Harijan boys and girls. You will go to their quarters and sweep them. You must teach them how to lead a clean life. It is not enough that you clean your body but you must clean your heart and soul. The first thing to do, when you get up from bed, is to ask God to keep you clean in heart and body. If you will do these things, the purse that you have given is a token of your determination to get rid of untouchability.

The Hindu, 15-1-1934

ആർക്കൈവ്സ് രേഖകളിലെ മലബാർ ക്രിസ്ത്യൻ കോളേജ് സ്കൂൾ

പത്തൊമ്പതാം നൂറ്റാണ്ടിന്റെ അവസാനകാലത്തും ഇരുപതാം നൂറ്റാണ്ടിന്റെ തുടക്കത്തിലും കേരളം അതിശക്തമായ നവോത്ഥാന മുന്നേറ്റങ്ങളുടെ വേദിയായി മാറുന്നതായി കാണാം. ശ്രീനാരായണ ഗുരുവിന്റെ അരുവിപ്പുറം പ്രതിഷ്ഠയോടെ അസാധാരണ ഗതിവേഗം ആർജ്ജിച്ച നവോത്ഥാന മുന്നേറ്റം കേരളത്തിന്റെ വടക്കൻ മേഖലയായ മലബാറിലേക്ക് വ്യാപിക്കുകയും, സാമൂഹിക സാംസ്കാരിക രംഗത്ത് വലിയ ചലനങ്ങൾ സൃഷ്ടിക്കുകയും നവോത്ഥാനത്തിന്റെ പുതുമൂല്യങ്ങൾക്ക് സ്വീകാര്യത ലഭിക്കുകയും ചെയ്തു. കോഴിക്കോട് സിവിൽ സ്റ്റേഷനിലെ ആർക്കൈവ്സിലെ ഒരു രേഖ കോഴിക്കോടിന്റെയും മലബാർ ക്രിസ്ത്യൻ കോളേജ് ഹൈസ്കൂളിന്റെയും ചരിത്രത്തിലേക്ക് വെളിച്ചം വീശുന്നു. ഈ രേഖയിലെ പരാമർശങ്ങളും സൂചനകളും കോഴിക്കോട്ട് കേന്ദ്രീകരിച്ച് ശക്തിപ്പെട്ട ഒരു വ്യാപാരമധ്യവർഗ്ഗവും, മിഷനറിമാരും മലബാർ ക്രിസ്ത്യൻ കോളേജും/ഹൈസ്കൂളും എങ്ങനെയാണ് മലബാറിലെ സാംസ്കാരിക പൊതുമണ്ഡലത്തെ ആധുനികവൽക്കരിച്ച് മുന്നേറിയത് എന്നതിനുള്ള ശക്തമായ തെളിവാണ്. മലബാർ ക്രിസ്ത്യൻ കോളേജ് ഹൈസ്കൂളുമായി ബന്ധപ്പെട്ട ആദ്യത്തെ ആർക്കൈവ്സ് രേഖയാണിത്.

കോഴിക്കോട്ടെ കലക്ടറുടെ കച്ചേരിയിൽ (ചേംബറിൽ) ഡൽഹി ദർബാറുമായി ബന്ധപ്പെട്ട കാര്യങ്ങൾ തീരുമാനിക്കാൻ ചേർന്ന

8 Read letter dated 4-12-11 from M. R. Ry C M Rarichan Mooppan Avl. President, Thiyya Temple Committee, Calicut, stating that special measures will be taken by the Temple Committee to impress upon the people the importance of the Royal Visit to India and that a permanent memorial of this event a prize of the annual value not exceeding Rs. 15 will be founded in the B. G. M College to be awarded to the student who passes first in the School Final examination from Tiyya Community or from any community lower than Tiyyans.

Recorded with pleasure and thanks.

കോഴിക്കോട് റീജനൽ ആർക്കൈവ്സ്, സെലക്റ്റഡ് റിക്കോർഡ്സ്, 201, 1911.

യോഗത്തെക്കുറിച്ചുള്ളതാണ് ഈ രേഖ. 1911-ൽ, ബ്രിട്ടീഷ് ചക്രവർത്തി ജോർജ്ജ് അഞ്ചാമന്റെ ഇന്ത്യാ സന്ദർശനവേളയിൽ ബ്രിട്ടീഷ് മലബാറിൽ ഉടനീളം ആഘോഷപരിപാടികൾ സംഘടിപ്പിക്കാൻ ജില്ലാ ഭരണകൂടം തീരുമാനിച്ചു. ഇതിന്റെ ഭാഗമായി 4.2.1911 തിങ്കളാഴ്ച, ഡെപ്യൂട്ടി കലക്ടറും, ഇംഗ്ലീഷ് ഉദ്യോഗസ്ഥന്മാരും, നാട്ടുപ്രമാണിമാരും പങ്കെടുത്ത യോഗത്തിൽ കോഴിക്കോട്ടെ തിയ്യ പ്രമാണിയായ സി.എം. രാരിച്ചൻ മൂപ്പൻ എന്ന കല്ലിങ്കൽ മഠത്തിൽ രാരിച്ചൻ മൂപ്പൻ എഴുതിയ ഒരു കത്ത് ചർച്ചക്കെടുക്കുകയുണ്ടായി. ബ്രിട്ടീഷ് രാജാവിന്റെ സന്ദർശനത്തിന്റെ സ്മരണ നിലനിർത്താനായി കോഴിക്കോട്ടെ തിയ്യ ക്ഷേത്രമായ ശ്രീകണ്ഠേശ്വര ക്ഷേത്രം കമ്മിറ്റിയുടെ പേരിൽ ബി.ജി.എം. കോളേജ് /സ്കൂൾ അവസാന വർഷ പരീക്ഷയിൽ മികച്ച വിജയം നേടുന്ന തിയ്യ സമുദായത്തിലെ, അല്ലെങ്കിൽ തിയ്യ സമുദായത്തേക്കാൾ താഴ്ന്ന സമുദായങ്ങളിലെ വിദ്യാർത്ഥികൾക്ക് വർഷത്തിൽ 15 രൂപയിൽ കുറയാത്ത സ്കോളർഷിപ്പ് ഏർപ്പെടുത്താൻ അനുവദിക്കണമെന്നുള്ള രാരിച്ചൻ മൂപ്പന്റെ അഭ്യർത്ഥനയാണ് ഈ രേഖയിലുള്ളത്. കോഴിക്കോട്ടെ തിയ്യ സമുദായത്തിന് ആധുനിക വിദ്യാഭ്യാസത്തിന്റെ കേന്ദ്രമായ മലബാർ ക്രിസ്ത്യൻ കോളേജുമായും, ഹൈസ്കൂളുമായും ഉണ്ടായിരുന്ന ബന്ധത്തിന് തെളിവാണ് ഈ രേഖ.

''വിദ്യകൊണ്ട് പ്രബുദ്ധരാവുക'' എന്നുള്ള ശ്രീനാരായണഗുരുവിന്റെ ആഹ്വാനത്തെ മലബാറിൽ പ്രാവർത്തികമാക്കാനുള്ള ഒരു പ്രായോഗിക നടപടി കൂടിയാണ് രാരിച്ചൻ മൂപ്പൻ ഇതിലൂടെ നിർവ്വഹിച്ചത്. കൂടാതെ അയിത്തവും അനാചാരങ്ങളും പ്രബലമായിരുന്ന അക്കാലത്ത് മലബാർ ക്രിസ്ത്യൻ കോളേജ് ഹൈസ്കൂൾ അതിന്റെ പ്രാരംഭ വർഷങ്ങളിൽത്തന്നെ താഴ്ന്ന ജാതിക്കാരായി പരിഗണിക്കപ്പെട്ടിരുന്ന തിയ്യർക്കും, അവരേക്കാൾ താഴ്ന്ന ജാതിയിലുള്ള വിദ്യാർത്ഥികൾക്കും പ്രവേശനം നൽകിയിരുന്നു എന്നാണ് ഈ രേഖ സൂചിപ്പിക്കുന്നത്.

മലബാർ ക്രിസ്ത്യൻ കോളേജ് ഹൈസ്കൂൾ തിയ്യർക്കും അവർണ്ണരായ

കല്ലിങ്കൽമഠത്തിൽ
രാരിച്ചൻ മൂപ്പൻ

കുട്ടികൾക്കും പ്രവേശനം നൽകിയിരുന്ന ഇതേ കാലത്ത്, കോഴിക്കോട്ടെ തളി ക്ഷേത്ര റോഡിലൂടെ തിയ്യർക്കും അവർണ്ണർക്കും പ്രവേശനമുണ്ടായിരുന്നില്ല എന്നോർക്കുമ്പോഴാണ് രാരിച്ചൻ മൂപ്പൻ ഏർപ്പെടുത്തിയ പാരിതോഷികത്തിന്റെ പ്രാധാന്യം മനസ്സിലാവുക. തിയ്യ സമുദായത്തിൽ നിന്ന് ഉയർന്നുവന്ന രാരിച്ചൻ മൂപ്പനെപ്പോലുള്ള സാമൂഹിക പരിഷ്കർത്താക്കൾക്ക് സ്വന്തം സമുദായത്തിലെ യാഥാസ്ഥിതികരുടെ എതിർപ്പും നേരിടേണ്ടിവന്നു. മലബാർ ക്രിസ്ത്യൻ കോളേജ് ഹൈസ്കൂളിലെ ഒരു ദലിത് വിദ്യാർത്ഥിയെ സ്വന്തം മക്കൾക്കൊപ്പം ഇരുത്തി ഉച്ചഭക്ഷണം നൽകിയതാണ് തിയ്യ സമുദായത്തിലെ യാഥാസ്ഥിതികരെ ഏറ്റവും കൂടുതൽ പ്രകോപിതരാക്കിയത്. 1917 മെയ് 29 ന് സഹോദരൻ അയ്യപ്പൻ ചെറായിയിൽ നടത്തിയ പന്തിഭോജനത്തിന് മുമ്പായിരുന്നു രാരിച്ചൻ മൂപ്പന്റെ ഈ പ്രവൃത്തി.

സഹോദരൻ അയ്യപ്പനും* മുഹമ്മദ് അബ്ദുറഹിമാനും**

എം.സി.സി.യുടെ അഭിമാനങ്ങൾ

1911 മുതൽ 1913 വരെ മലബാർ ക്രിസ്ത്യൻ കോളേജിൽ വിദ്യാർത്ഥിയായിരുന്ന കേരളീയ നവോത്ഥാന ചരിത്രത്തിലെ ഉജ്ജ്വല വ്യക്തിത്വമായ സഹോദരൻ അയ്യപ്പൻ. കോഴിക്കോട്ടും എം.സി.സി.യിലും നിലനിന്ന ധൈഷണിക അന്തരീക്ഷമാണ് സഹോദരൻ അയ്യപ്പന്റെ പ്രക്ഷോഭകാരിയെ രൂപപ്പെടുത്തിയത്.

1914 മുതൽ 1915 വരെ ബി.ജി.എം. കോളേജിലെ വിദ്യാർത്ഥിയായിരുന്ന, മലബാറിന്റെ സ്വാതന്ത്ര്യ സമരചരിത്രത്തിലെ ഇതിഹാസമായ മുഹമ്മദ് അബ്ദുറഹിമാൻ സാഹിബ്.

മലബാർ ക്രിസ്ത്യൻ കോളേജ് ഹൈസ്കൂളിലെ പൂർവ്വ

* "ജ്യേഷ്ഠനായ കണ്ണൻ വൈദ്യരുടെ തുണയോടെ അയ്യപ്പൻ ഉപരിവിദ്യാഭ്യാസത്തിന് കോഴിക്കോട്ടേക്ക് തിരിച്ചു. അവിടെ ബി.ജി.എം. കോളേജിലാണ് ചേർന്നത്. തർക്കശാസ്ത്രം, മലയാളം, സംസ്കൃതം എന്നീ വിഷയങ്ങൾ ഐച്ഛികമായി എടുത്തു."-എം.കെ.സാനു, സഹോദരൻ അയ്യപ്പൻ, നാഷണൽ ബുക്സ്റ്റാൾ, കോട്ടയം, 1973, പേജ് 42.

** "വാണിയമ്പാടി മദ്രസാ ബഹിഷ്കരണത്തിനുശേഷം വീട്ടിലിരുന്നു പഠിച്ച് നല്ല മാർക്കോടെ മെട്രിക്കുലേഷൻ പരീക്ഷ പാസ്സായ മുഹമ്മദ് അബ്ദുറഹിമാൻ, അക്കാലത്ത് ബാസൽ മിഷൻ കോളേജ് എന്നറിയപ്പെട്ടിരുന്ന മലബാർ ക്രിസ്ത്യൻ കോളേജ് ജൂനിയർ എഫ്.എ. ക്ലാസ്സിൽ ചേർന്നു."-എം.റഷീദ്, മുഹമ്മദ് അബ്ദുറഹിമാൻ സാഹിബ്, സൈൻ ബുക്സ്, തിരുവനന്തപുരം, 2022, പേജ് 11.

വിദ്യാർത്ഥികളല്ലെങ്കിലും സ്കൂളും കോളേജും ഒരു സ്ഥാപനമായി പ്രവർത്തിച്ചു വരുന്ന കാലത്താണ് ഈ മഹാപ്രതിഭകൾ എം.സി.സി.യിൽ ഉണ്ടായിരുന്നത്. ഈ സന്ദർഭത്തിൽ ഈ മഹനീയ വ്യക്തിത്വങ്ങളെയും ഞങ്ങൾ പ്രത്യേകം സ്മരിക്കുന്നു.

കോഴിക്കോട്ടെ ഒരുത്സവ വിവരം*

ഏകദേശം 80,000 നിവാസികളിൽ 2000 ജർമ്മൻ മിഷൻ സുവിശേഷ ക്രിസ്ത്യാനികൾ ഉള്ള കോഴിക്കോട്ടു സഭക്ക് ഈ ജനുവരി 9-ാം തിയ്യതി ഒരു സന്തോഷദിവസമായിരുന്നു. ബാസൽ മിഷന്റെ ഇതിഹാസത്തിൽ ഈ ദിവസത്തിന്റെ ആഘോഷം അത്രവേഗത്തിൽ വിസ്മൃതിയാവാനിടവരില്ലെന്നു വിശ്വസിക്കുന്നു. ഇന്ത്യാ രാജ്യത്തു ബാസൽ മിഷന്റെ സ്വന്തം എടുപ്പുകളിൽ ഇതിന്നു തുല്യമായതു മറ്റൊന്നില്ലെന്നു സധൈര്യം പറയാം. ഞങ്ങൾ ജനവരി മാസത്തിന്റെ ഒന്നാം ലക്കത്തിൽ അറിയിച്ച പ്രകാരം മേപ്പടി ദിവസം പുതുതായി എടുപ്പിച്ച ഹൈസ്കൂളിന്റെ പ്രവേശനോത്സവം ആയിരുന്നു. അന്നുവൈകുന്നേരം ആറര മണി സമയം സ്ഥലത്തെ മിഷനറി സായ്പന്മാരും മദാമ്മമാരും, അല്പം ചില ഇംഗ്ലീഷ് മദാമ്മമാരും മഹാരാഷ്ട്ര ജില്ലയിലെ ധാർവ്വാടിയിൽ താമസിക്കുന്ന നമ്മുടെ ഇന്ത്യാമിഷൻ ശാലകളുടെ ജനറൽ ഇൻസ്പെക്ടർ എന്നസ്റ്റ് ഉപദേഷ്ടാവും, നെട്ടൂർ വൈദിക ശാലാദ്ധ്യാപകനായ ബദർ ഉപദേഷ്ടാവും, തലശ്ശേരി നഗരം ബി. ജി. എം. ഹൈസ്കൂൾ മേനേജർ മൌമൌയ്യ സായ്പും, രാജപൂജിതരായ പല സർക്കാരുദ്യോഗസ്ഥന്മാരും,

* മലബാർ ക്രിസ്ത്യൻ കോളേജ് ഹൈസ്കൂൾ സ്ഥിതി ചെയ്യുന്ന ഇന്നത്തെ കെട്ടിടം (കോളേജിന്റെ പഴയ കെട്ടിടം ഉൾപ്പെടെ) ഉൽഘാടനം ചെയ്ത അവസരത്തിൽ നടന്ന ചടങ്ങുകളുടെ ഒരു പത്രറിപ്പോർട്ടാണ് ഇവിടെ ചേർത്തിരിക്കുന്നത്. ബാസൽ ജർമ്മൻ മിഷ്യൻ കണ്ണൂരിൽനിന്നും പ്രസിദ്ധീകരിച്ചിരുന്ന കേരളോപകാരി എന്ന പത്രത്തിന്റെ 1906 ജനുവരി VOL XXXIII ലക്കത്തിലാണ് ഈ റിപ്പോർട്ട് പ്രസിദ്ധപ്പെടുത്തിയിട്ടുള്ളത്. ഈ വിദ്യാലയത്തിന്റെ അന്നത്തെ മഹത്വത്തിലേക്കും, അന്നത്തെ ഭാഷയുടെ പ്രത്യേകതകളിലേക്കും വെളിച്ചം വീശുവാൻ ഈ റിപ്പോർട്ട് സഹായിക്കുന്നു. ഇരുപതാം നൂറ്റാണ്ടിന്റെ ആദ്യദശകങ്ങളിലെ മലബാറിന്റെയും കോഴിക്കോടിന്റെയും ചരിത്രത്തിലേക്ക് വെളിച്ചം വീശുന്ന നിർണ്ണായക രേഖയാണിത്. മലബാർ ക്രിസ്ത്യൻ കോളേജ് ഹൈസ്കൂൾ പാർശ്വവൽക്കരിക്കപ്പെട്ട ജനവിഭാഗങ്ങളെ സാമൂഹ്യമായി ഉയർത്തുന്നതിൽ വഹിച്ച പങ്ക് ഇവിടെ വ്യക്തമാക്കപ്പെടുന്നു. ഹൈസ്കൂൾ ആരംഭിക്കുന്ന സമയത്ത് സ്കൂളിന്റെ ഭൗതിക സാഹചര്യങ്ങളെക്കുറിച്ചുള്ള സൂചനകളും ഈ റിപ്പോർട്ടിലുണ്ട്.

ഹൈക്കോർട്ട് വക്കീലന്മാരും നാനാജാതി മതക്കാരായ ഹിന്ദു സ്നേഹിതന്മാരും, സുമാറ് അഞ്ഞൂറോളം വിദ്യാർത്ഥികളും ഇങ്ങിനെ വിലാത്തിക്കാരും ദേശീയരും ഉൾപ്പെടെ പതുക്കെ ആയിരം ആളുകൾ ഒരു സമൂഹമായി ഈ ഗൃഹപ്രവേശനോത്സവത്തിനായി കൂടിവന്നു. ഈ ഘട്ടത്തിൽ അഗ്രാസനം വഹിപ്പാനായി ക്ഷണിക്കപ്പെട്ടത് അതിയോഗ്യനായ നമ്മുടെ ജില്ലാ കലക്ടർ നാപ്പ് സായ്പവർകൾ (A. R. KNAPP: I. C. S) ആയിരുന്നു. അഗ്രാസനർ വാഗ്ദത്ത പ്രകാരം തക്കസമയം പുതിയ നിർമ്മാണ സ്ഥലത്തെത്തി വെള്ളിത്താക്കോൽ കൊണ്ടും മനോഹരമായ ശാലാമണ്ഡപം തുറന്നാറെ, ക്ഷണിതാക്കൾ എല്ലാവരും അകം പ്രവേശിച്ചു. സ്ഥലത്തെ യുവജനസംഘ സംബന്ധിതമായ ഗായകസമാജം ഇമ്പമുള്ളൊരു ഗാനം പാടിയാറെ, എന്നസ്റ്റ് ഉപദേഷ്ടാവു പ്രാർത്ഥനയോടെ ഉത്സവം ആരംഭിച്ചു. ഉടനെ ഒരു വിദ്യാർത്ഥി എത്രയും രസകരമായ ഒരു മലയാള പദ്യം മുഖപാഠമായി ചൊല്ലി കേൾപ്പിച്ചു. പുതിയ നിർമ്മാണത്തിന്റെ ചരിത്രം ബഹുഭംഗിയോടെ വർണ്ണിക്കുന്ന ഈ പദ്യം ഈ അവസരത്തിനുവേണ്ടി രചിച്ചതും മിസ്റ്റർ ജെ. ചന്ദ്രൻ സബ് റജിസ്ട്രാർ ആയിരുന്നു. ആ പദ്യം അദ്ദേഹം 'ഉപകാരി'ക്കു അയച്ചു കൊടുക്കും എന്നു വിശ്വസിക്കുന്നു. അതു കഴിഞ്ഞിട്ടു മാനേജർ മില്ലർ ഉപദേഷ്ടാവ് സംസാരിച്ചതിന്റെ സാരം :- 10 സംവത്സരത്തോളം മാനേജരായിരുന്ന ക്ലൊബ്ലോക്ക് സായ്പിന്റെ അശ്രാന്തപരിശ്രമം കൊണ്ടാണു ഈ നഗരത്തിൽ ഇത്ര ശോഭനമായ ഒരു വിദ്യാലയം പണിയിപ്പാൻ സംഗതി വന്നത്. അതുകൊണ്ടു തന്നിമിത്തം വന്നിരിക്കുന്ന കീർത്തിക്കും മാനത്തിന്നും ഞാനല്ല, അദ്ദേഹമാണ് പാത്രനായിരിക്കുന്നത്. ഈ വിദ്യാമന്ദിരം പണിയിക്കാൻ തക്കതായ ഈ സ്ഥലം മിഷന്നു കിട്ടുവാനായ്ക്കൊണ്ടു അത്യുത്സാഹം ചെയ്തവരായ സർ. ഹെന്ദ്രി വിന്നർ ബോതാം സായ്പവർകളെയും ഇവിടുന്നു മാറ്റം പോയ കലക്ടർ വിഹ്നി സായ്പവർകളെയും, ഈ എടുപ്പിനെ ബഹു കേമത്തോടും ആദായത്തിലും പണിയിക്കുന്നതിൽ അഹോരാത്രം പരിശ്രമം ചെയ്ത മിഷൻ എഞ്ചിനീയർ ബെന്നർ സായ്പിനെയും, തങ്ങളുടെ വാണിജ്യലാഭത്തിൽനിന്നും ഈ പുതിയ നിർമ്മാണത്തിന്നു ചിലവായ (60000) അറുപതിനായിരം ഉറുപ്പികയെ നീക്കിത്തന്ന 'ഇണ്ടസ്റ്റ്യൽ മിഷൻ' ശാഖയെയും, വിശാലമായ ഈ മണ്ഡപത്തിനു വേണ്ടുന്ന ആസനങ്ങളും മറ്റും ഉണ്ടാക്കാൻ വേണ്ടി ദ്രവ്യസഹായം ചെയ്ത മാന്യസ്നേഹിതന്മാരെയും അഭിനന്ദിക്കുന്നു. വിദ്യാർത്ഥികളുടെ വിടുതിക്കായി ഒരു പാർപ്പിടം പണിയിപ്പാൻ ആലോചിച്ചിരിക്കകൊണ്ടു രണ്ടാമതും ഒരു അപേക്ഷാപത്രസഹിതം സ്നേഹിതന്മാരുടെ സഹായം അപേക്ഷിപ്പാൻ ഇടവരുന്നതാണെന്നും ഈ സ്കൂളോടു

സംബന്ധിച്ചിട്ടു ചമല്ക്കാര വസ്തുക്കളെ പ്രദർശിപ്പിക്കുന്ന ഒരു ശാലയെ (മ്യൂസിയം) സ്ഥാപിക്കാൻ കരുതിയിരിക്കുന്നുവെന്നും സൂചിപ്പിച്ചു.

ഇതു കഴിഞ്ഞശേഷം പാശ്ചാത്യ സംഗീതവിദ്യയിൽ വിദഗ്ധയും, ഗർമ്മാന്യമാന്യയും കോഴിക്കോട്ടു മിഷൻ ബാലിക ഹൈസ്കൂൾ ലേഡി മാനേജരും ആയ മെത്സ്ഗർ മിസി സഭാ വാസികളെ കർണ്ണാനന്ദവും ആഹ്ലാദകരവും ആയ ഒരു ഗായനത്താൽ ഉല്ലസിപ്പിച്ചു. അതിൽ പിന്നെ യോഗ്യരായ 5 പേർ കാലോചിതമായ പാടവങ്ങളെക്കുറിച്ചു മിഷന്നു അഭിവാദ്യം പറയുകയുണ്ടായി. ധാർവ്വാടിയിലെ എർന്നസ്റ്റ് ഉപദേഷ്ടാവും ബൊമ്പായി സംസ്ഥാനത്തിൽ ഇപ്പോൾ ബൈബിൾ എന്ന സത്യവേദ പുസ്തകത്തെയും ഒരു പാഠപുസ്തകമായി നടപ്പാക്കിയിരിക്കുന്നതല്ലാതെ ബൈബിൾ വായിക്കുന്ന വിഷയത്തിൽ ബ്രാഹ്മണരുടെ ഇടയിൽ പോലും വളരെ അഭിരുചി വർദ്ധിച്ചിരിക്കുന്നുവെന്നു പറഞ്ഞതിനെ, ഈ സംസ്ഥാനത്തിലെ വിദ്യാഭ്യാസവകുപ്പിലെ അദ്ധ്യക്ഷന്മാർ കുറി ക്കൊള്ളേണ്ടുന്ന കാര്യമാണ്. പിന്നെ സംസാരിച്ചതു എസിസ്റ്റാണ്ട് ഇൻസ്പക്ടർ ഓഫ് രാ. ടി. ജെ. വെങ്കടാചല അയ്യർ ബി.എ. അവർകൾ ആയിരുന്നു. കഴിഞ്ഞ 30 സംവത്സരംകൊണ്ടു വിദ്യാഭ്യാസ വകുപ്പിന്നു സിദ്ധിച്ചിരിക്കുന്ന പുരോഗതിയെകുറിച്ചു ഒരു ചുരുങ്ങിയ പ്രസംഗം കഴിക്കയും ഈ എടുപ്പു മലയാള ജില്ലയിൽ ഉള്ള സകല വിദ്യാശാല കളെക്കാളും ശോഭനമായതാണെന്നു ശ്ലാഘിച്ചു പറയുകയും ചെയ്തു. മിസ്റ്റർ ജി.സഖറിയ മുമ്പെ കുറെ കാലത്തോളം മിഷൻ ഹൈസ്കൂൾ ഹെഡ് മാസ്റ്ററായിരുന്നവർ:- ഈ നഗരത്തിൽ ശില്പി ശാസ്ത്രാനുസാരം നിർമ്മിക്കപ്പെട്ട എടുപ്പുകൾ ഇല്ലാത്ത ഒരു ന്യൂനത ഈ പുതിയ നിർ മ്മാണത്താൽ പരിഹാരമായ്വന്നിരിക്കുന്നുവെന്നും, മിഷൻകാർ പക്ഷെ സ്വപ്നത്തിൽ വിചാരിക്കാത്ത ഉത്തമമായ ഒരു നിർമ്മാണം അവർക്കു സാധ്യമായ് വന്നിരിക്കുന്നുവെന്നും പറഞ്ഞും കൊണ്ടു തന്റെ ഇമ്പമുള്ള ചുരുങ്ങിയ ഭാഷണത്തെ അവസാനിപ്പിച്ചു. അതിന്റെ ശേഷം സംസാ രിച്ചത് ഹൈക്കോട്ട് വക്കീൽ മാ. രാ. രാ. അപ്പനെടുങ്ങാടി ബി. എ. ബി. എൽ. അവർകൾ ആയിരുന്നു. ഈ മഹാനും മുമ്പൊരുകാലം മിഷൻ ഹൈസ്കൂളിന്റെ ഹെഡ് മാസ്റ്റർ ആയിരുന്നു. അദ്ദേഹം ജർമ്മൻ മിഷൻ സംഘം കോഴിക്കോട്ട് നഗരത്തിൽ സ്കൂൾ സ്ഥാപിപ്പാൻ തുടങ്ങിയ 1848 മുതൽ ഇന്നെവരെയുള്ള മിഷൻ സ്കൂളിന്റെ പൂർവ്വാപരസ്ഥിതിയെകുറി ച്ചു ബഹുരസികമായ വിധത്തിൽ ഒരുത്തമ പാടവം കഴിച്ചതിന്മദ്ധ്യെ സാമൂതിരി കോളെജിൽ തീയ കുട്ടികളെ ചേർത്തു പഠിപ്പിപ്പാൻ വിരോ ധിക്കുന്നതിനാലുളവാകുന്ന അസൗകര്യങ്ങളെ കുറിച്ചും ഒന്നു പ്രസ്താവി ക്കയുണ്ടായി. ഈ ശാലാസംബന്ധിതമായി മിഷൻ ഇനി ഒരു ശില്പി

ശാസ്ത്രശാഖയെയും സ്ഥാപിച്ചാൽ കൊള്ളാമെന്നും ഉണദോഷിച്ചു. ഒടുക്കം സംസാരിച്ചതു ഇതുവരെയും സബ് മജിസ്ട്രേട്ടായിരുന്ന ഇപ്പോൾ അടുത്തുപെൻ വാങ്ങുന്ന മിസ്റ്റർ പാവങ്ങാടൻ ഗോവിന്ദൻ ആയിരുന്നു. സുമാർ 40 കൊല്ലങ്ങൾക്കുമുമ്പ് മാനാഞ്ചിറ മൈതാനത്തിനു സമീപം ഓലമേഞ്ഞ ഒരു എടുപ്പിൽ മിഷൻകാർ മിഡിൽ സ്കൂൾ നടത്തിവരുന്ന കാലം ഇദ്ദേഹവും മിഷൻ സ്കൂളിന്റെ ഒരു പ്രധാന ഗുരുഭൂതനായിരുന്നു. ബ്രിട്ടീഷ് ഭരണ കാലത്തിങ്കൽ വിദ്യാഭ്യാസവകുപ്പിന്നു സിദ്ധിച്ചിരിക്കുന്ന വികാസഗതിയെകുറിച്ചും ആ കാലങ്ങളിൽ ഒക്കെയും തൽസംബന്ധമായി മിഷൻ സംഘം ഈ നഗരവാസികളുടെ ഗുണത്തിന്നായി ചെയ്തുവന്ന പരിശ്രമങ്ങളെകുറിച്ചും ഇദ്ദേഹം ദീർഘമായ ഒരു പ്രസംഗം കഴിച്ചു മിഷനറിമാരുടെ ഗ്രന്ഥരചനാ സാമർത്ഥ്യവും മലയാളഭാഷാ പുണ്യവും കൊണ്ടു അദ്ദേഹം ശ്ലാഘിച്ചു പറഞ്ഞതിൽ, 'കുറേ വിഷമമുള്ള സഞ്ചാരിയുടെ പ്രയാണം'' എന്ന പുസ്തകത്തെ ക്രിസ്ത്യൻ മില്ലർ സായ്പും വളരെ അലങ്കാരമുള്ള ഗദ്യമായി മലയാള ഭാഷയിൽ പരിഭാഷപ്പെടുത്തിയിരിക്കുന്നുവെന്നു ദൃഷ്ടാന്തപ്പെടുത്തി.

ഇങ്ങിനെ ആറാളുകളുടെ പ്രസംഗവും അഭിവാദ്യങ്ങളും കഴിയുമ്പോഴേക്കു സമയം വളരെ അധികരിച്ചുപോയി. നിങ്ങൾ ഇതുവരെയും വാഗ്മികളായവരുടെ വായിൽ നിന്നും വേണ്ടുവോളം കേട്ടതുകൊണ്ട് ഞാൻ അതിനോടു വല്ലതും ചേർത്തു പറയുന്നതു അനാവശ്യമാണ് എന്നു പറഞ്ഞിട്ടു അഗ്രാസനർ ചുരുങ്ങിയ വാക്കുകൊണ്ടു അഭിവാദ്യം പറഞ്ഞു തന്റെ ഉത്തരവാദത്വമുറയെ അനുഷ്ഠിച്ചു. ഒരു ഇംഗ്ലീഷുകാരന് ഉണ്ടാവാൻ പാടുള്ളതിലും അധികമായ ക്ഷമയോടുകൂടെ യോഗ്യനായ നമ്മുടെ അഗ്രാസനർ ഈ അവസരത്തിൽ പ്രവർത്തിച്ചത് ഏറ്റവും ശ്ലാഘനീയം തന്നെ. ഒടുക്കം യൗസ് ഉപദേഷ്ടാവും സഭക്ക് ആശീർവ്വാദം ഏകി ഉത്സവ ആഘോഷം സമാപിച്ചു. മിഷൻ ഹൈസ്കൂൾ ഹെഡ്മാസ്റ്റർ മിസ്റ്റർ കുര്യൻ ബി. എ. എന്നവർ അഗ്രാസന സഭയുടെ നാമത്തിൽ അഭിവന്ദിച്ചു. അവരുടെ കണ്ഠത്തിൽ പുഷ്പമാല ഇടുകയും, സഭാവാസികൾക്കും പുഷ്പദാനം ചെയ്കയും ചെയ്തശേഷം ഇംഗ്ലീഷ് രാജഭക്തി സൂചകമായ ഗീതം പാടി എല്ലാവരും ആനന്ദത്തോടെ പിരിഞ്ഞുപോയി.

ഈ അവസരത്തിൽ ക്ലൊബ്ബ്ലൊക്ക് സായ്പിനുകൂടി സന്തോഷിപ്പാൻ ഇടവരാത്തതും വളരെ ശോചനീയം തന്നെ.

ഈ പുതിയ എടുപ്പിനെകുറിച്ചു ഞങ്ങളുടെ ഒരു പത്രസഹജീവിയുടെ സാക്ഷ്യമാവിത്: ഈ പുതിയ എടുപ്പ് ഈ നഗരത്തിൽ അതിശോഭനമായതാണെന്നതിനു രണ്ടുപക്ഷമില്ല. കുട്ടികൾ ഈ എടുപ്പിനോടു അടുത്തുവരുമ്പോൾ തന്നെ അതു വിദ്യാദേവിയുടെ ഒരു

ശ്രീമൂലസ്ഥാനമാണെന്നുള്ള ഓച്ചാനുഭാവം അവരുടെ ഉള്ളിൽ സ്വതവെ ജനിക്കാതിരിക്കയില്ല. കഴിഞ്ഞ ആണ്ടിൽ ഈ സത്രപറമ്പിൽ മിഷൻ പണിയിച്ച പ്രാഥമിക വിദ്യാശാല തന്നെ ഒരു ഹൈസ്കൂൾ ആയിട്ടു പ്രയോഗിക്കുന്നതിനും അനുകൂലതയുള്ളതാണ്. ഇപ്പോൾ അതിന്റെ വാമഭാഗത്ത് തന്റെ ശിരസ്സിനെ അതിപ്രൗഢശോഭയോടെ ഉയർത്തിയിരിക്കുന്ന ഈ നവീനനിർമ്മാണം ഇപ്പോൾ പരിഷ്കാര പരിശോധനയിൽ ഉൾപ്പെട്ട സർവ്വകലാശാലാ നിബന്ധനകൾക്കു അനുകൂലമായി പരിണമിക്കുന്നപക്ഷം കാലവിളംബമെന്നിയെ ഒരു കോളേജാക്കി മാറ്റുന്നതിനും നല്ല സൗകര്യമുണ്ട്. ഈ പുതിയ ഹൈസ്കൂളിന്റെ മണ്ഡപം (Hall) 80 ഫുട്ട് നീളവും 82 ഫുട്ട് വീതിയും ഉള്ളതാണു. നഗരത്തിൽ ഇതിന്നു തുല്യമായ യാതൊരു മണ്ഡപവുമില്ലായ്കകൊണ്ട് ഈ മണ്ഡപം എല്ലാപ്രകാരത്തിലും വലുതും ശോഭനമായതും ആണെന്ന് പറഞ്ഞാൽ അതിശയോക്തിയായിരിക്കയില്ല. 22 ഫുട്ട് വീതിയും 22 ഫൂട്ട് നീളവുമുള്ള 14 പാഠമുറികൾ, ഒരു രസായന വിദ്യ പഠിപ്പിക്കുന്ന മുറി, (Laboratory) ചിത്രം വരക്കുന്ന മുറി, ഇങ്ങിനെ സ്കൂളിനാവശ്യമായ പല സൗകര്യങ്ങളും, വിശാലമായ വ്യായാമസ്ഥലവും, മേല്പുരയുള്ള ഒരു ജിമ്നാസ്യവും (ഗുസ്തി, കസറത്ത് മുതലായ അഭ്യാസം പഠിപ്പിക്കുന്ന വീട്) ഉണ്ടു.

ഈ പുതിയ എടുപ്പിൽ പഠിക്കുന്ന വിദ്യാർത്ഥികൾ ഗുരുഭക്തിയും ദൈവഭക്തിയും ഉള്ള വിദ്യാർത്ഥികളും, സ്വരാജ്യത്തിനും, സഭക്കും വിശ്വസ്തപ്രജകളും ആയിത്തീരുവാന്തക്കവണ്ണം സർവ്വശക്തനായ ദൈവം അവരെയും ഗുരുഭൂതന്മാരെയും അനുഗ്രഹിക്കുമാറാകട്ടെ.

എം.സി.സി. ഹൈസ്കൂളിന്റെ 125-ാം വാർഷികാഘോഷം

മലബാർ ക്രിസ്ത്യൻ കോളേജ് ഹൈസ്കൂളിന്റെ ചരിത്രത്തിലെ പ്രധാനപ്പെട്ട സംഭവങ്ങളിൽ ഒന്നായിരുന്നു സ്കൂളിന്റെ 125-ാം വാർഷിക ആഘോഷം. 50 വർഷങ്ങൾക്ക് മുമ്പേ നടന്ന ഈ ആഘോഷ പരിപാടി കോഴിക്കോടിനും കോഴിക്കോട്ടുകാർക്കും മറക്കാൻ പറ്റാത്ത ഒരു സംഭവമായിരുന്നു.

1974 മാർച്ച് 7-ാം തിയ്യതി ശനിയാഴ്ച ആരംഭിച്ച ആഘോഷ പരിപാടികൾ നാലു ദിവസം നീണ്ടുനിന്നു. മാർച്ച് 7 (ശനി), മാർച്ച് 8 (ഞായർ), മാർച്ച് 9 (തിങ്കൾ), മാർച്ച് 11 (ബുധൻ) എന്നീ ദിവസങ്ങളിലായിട്ടാണ് ആഘോഷ പരിപാടികൾ സംഘടിപ്പിക്കപ്പെട്ടത്.

16 വർഷം സ്കൂളിന്റെ പ്രധാന അദ്ധ്യാപകനായിരുന്ന ശ്രീ. കെ.പി. വറീതായിരുന്നു 07.03.1974ന് നടന്ന ഉദ്ഘാടന പരിപാടിയിലെ അദ്ധ്യക്ഷൻ. സ്വതന്ത്ര ഇന്ത്യയുടെ ചരിത്രത്തിലെ ഏറ്റവും സംഘർഷഭരിതമായ വർഷമായിരുന്നു 1974. രാജ്യമെമ്പാടും സമരങ്ങളും, സംഘർഷങ്ങളും മാത്രം. വിദ്യാഭ്യാസ സ്ഥാപനങ്ങളിലെ പുതിയ തലമുറയുടെ അനാസ്ഥകളെക്കുറിച്ചാണ് ഉദ്ഘാടനച്ചടങ്ങിൽ ശ്രീ. കെ.എ.കൊട്ടുങ്ങല്ലൂർ സംസാരിച്ചത്.

125-ാം വാർഷികത്തോടനുബന്ധിച്ച് നഗരത്തിലെ ഹൈസ്കൂളുകളെയും എല്ലാ ബി.ഇ.എം. ഹൈസ്കൂളുകളെയും പങ്കെടുപ്പിച്ചുകൊണ്ട് കോഴിക്കോട്ട് ഒരു സാഹിത്യോത്സവം സംഘടിപ്പിക്കപ്പെടുകയുണ്ടായി.

ആഘോഷത്തിന്റെ രണ്ടാം ദിവസം (08.03.1974) വാർഷിക സ്പോർട്സിന്റെ ദിവസമായിരുന്നു. അന്നത്തെ ഡി.ഐ.ജി. ഓഫ് പോലീസ് ആയിരുന്ന ശ്രീ. സൈമൺ മാഞ്ഞൂരാൻ വാർഷിക സ്പോർട്സ് ഉദ്ഘാടനം ചെയ്തു. മൂന്നാം ദിവസത്തെ (09.08.1974, തിങ്കളാഴ്ച)

ക്രിസ്ത്യൻ കോളേജ് ഹൈസ്കൂൾ 125-ാം വാർഷികാഘോഷം സമാപിച്ചു

വിജ്ഞാനവികാസത്തിനനുസരിച്ച പാഠ്യപദ്ധതി വേണം

—കെ പി കേശവമേനോൻ

കോഴിക്കോട്, മാർച്ച് 11—വിദ്യാഭ്യാസത്തിന്റെ അടിസ്ഥാന ലക്ഷ്യങ്ങൾ നേടാൻ വിജ്ഞാനത്തിന്റെ അനന്തമായ വികാസത്തോട് ചുവടൊപ്പിച്ചു പോകുന്ന പാഠ്യപദ്ധതിയും അദ്ധ്യാപകരും ആവശ്യമാണെന്ന് മാതൃഭൂമി ചീഫ് എഡിറ്റർ കെ. പി. കേശവമേനോൻ തിങ്കളാഴ്ച ഇവിടെ അഭിപ്രായപ്പെട്ടു.

മലബാർ ക്രിസ്ത്യൻ കോളേജ് ഹൈസ്കൂളിന്റെ 125-ാം വാർഷികാഘോഷത്തിന്റെ സമാപനത്തോടനുബന്ധിച്ച് ക്രിസ്ത്യൻ കോളേജങ്കണത്തിൽ ചേർന്ന പൊതുസമ്മേളനത്തിൽ ആദ്ധ്യക്ഷ്യം വഹിച്ചു പ്രസംഗിക്കുകയായിരുന്നു അദ്ദേഹം.

ശ്രീ പി. എൽ. ജോസഫ് സ്വാഗതം പറഞ്ഞു. കാലിക്കറ്റ് യൂനിവേഴ്സിറ്റി പ്രൊ-വൈസ് ചാൻസലർ പ്രൊഫ. കെ. മാധവമേനോൻ സമ്മേളനം ഉദ്ഘാടനം ചെയ്തു. റവ. ഫാദർ ടി. സി. മത്തായി, പ്രൊഫ. സുകുമാർ അഴീക്കോട്, അദ്ധ്യാപക രക്ഷാകർത്തൃസമിതി പ്രസിഡണ്ട് എം. ദാമോദരൻ, കെ. സി. പണിക്കർ എന്നിവർ പ്രസംഗിച്ചു. മേയർ സി. ജെ. റോബിൻ സമ്മാനദാനം നിർവ്വഹിച്ചു. ഹെഡ്മാസ്റ്റർ കെ. എൻ. രാമകൃഷ്ണൻ റിപ്പോർട്ടവതരിപ്പിച്ചു.

സ്വഭാവ രൂപീകരണത്തിനും അറിവ് നേടാനും ഉപജീവനാർത്ഥത്തിനുതകുന്ന വിദ്യാഭ്യാസരീതിയാണാവശ്യമെന്നും ആത്മനിയന്ത്രണനിഷ്ഠമായ അച്ചടക്കമാണ് കുട്ടികളിൽ വളർത്തേണ്ടതെന്നും ശ്രീ കേശവമേനോൻ ചൂണ്ടിക്കാട്ടി.

സ്കൂൾ പാർലമെണ്ട് സ്പീക്കർ പി. ലീലാധരൻ നന്ദി പ്രകാശിപ്പിച്ചു. വിവിധ കലാപരിപാടികളുമുണ്ടായി.

മാതൃഭൂമി, മാർച്ച് 12, 1974

വിദ്യാഭ്യാസ സമ്മേളനവും സാംസ്കാരിക സാഹിത്യ സമ്മേളനവും പ്രതിഭകളുടെ സാന്നിദ്ധ്യത്താൽ ശ്രദ്ധേയമായിരുന്നു. വിദ്യാഭ്യാസ സമ്മേളനത്തിൽ കേരളത്തിന്റെ മുൻ വിദ്യാഭ്യാസ മന്ത്രി പി.പി.ഉമ്മർകോയ, ചിന്തകനും സാഹിത്യ വിമർശകനുമായ തായാട്ട് ശങ്കരൻ, ചരിത്ര പണ്ഡിതനും മലബാർ ക്രിസ്ത്യൻ കോളേജ് ചരിത്ര മേധാവിയുമായ പ്രൊഫ. എം.പി.ശ്രീധരൻ എന്നിവർ പങ്കെടുത്തു.

അതേദിവസം ഉച്ചക്കു ശേഷമാണ് സാഹിത്യ സാംസ്കാരിക സമ്മേളനം നടന്നത്. മലയാള മനോരമ പത്രത്തിന്റെ റസിഡന്റ് എഡിറ്റർ മൂർക്കോത്ത് കുഞ്ഞപ്പ, നാടകകൃത്തും രചയിതാവുമായ തിക്കോടിയൻ, ചരിത്രകാരനായ ഡോ. എം.ജി.എസ്. നാരായണൻ

എന്നിവർ സമ്മേളനത്തിൽ പങ്കെടുത്തു. വിദ്യാഭ്യാസ രംഗത്തും സാംസ്കാരിക രംഗത്തുമുള്ള അനാശാസ്യ പ്രവണതകളെ മേൽപറഞ്ഞ സമ്മേളനങ്ങളിൽ പങ്കെടുത്തവർ രൂക്ഷമായി വിമർശിച്ചു.

കോഴിക്കോട് നഗരം ദൃക്സാക്ഷിയായ ഏറ്റവും മികച്ച പരിപാടികളിൽ ഒന്നായിരുന്നു 11.03.1974 (ബുധൻ) സമാപന സമ്മേളനം. മലബാർ ക്രിസ്ത്യൻ കോളേജ് അങ്കണത്തിലാണ് സമാപന സമ്മേളനത്തോടനുബന്ധിച്ചുള്ള പൊതുസമ്മേളനം സംഘടിപ്പിക്കപ്പെട്ടത്.

മാതൃഭൂമി പത്രത്തിന്റെ ചീഫ് എഡിറ്ററും, സ്വാതന്ത്ര്യ സമര സേനാനിയായ ശ്രീ. കെ.പി.കേശവമേനോൻ, അദ്ധ്യാപകനും, പ്രഭാഷകനുമായ ശ്രീ. സുകുമാർ അഴീക്കോട്, അന്നത്തെ കാലിക്കറ്റ് യൂണിവേഴ്സിറ്റി പ്രൊ വൈസ് ചാൻസലർ പ്രൊഫ. കെ.മാധവമേനോൻ എന്നിവർ സമ്മേളനത്തിൽ പങ്കെടുത്തു.

സ്കൂളുകളിലും കലാലയങ്ങളിലും നടമാടുന്ന അനാസ്ഥകൾക്ക് പരിഹാരം കണ്ടെത്താൻ കഴിഞ്ഞില്ലെങ്കിൽ രാജ്യത്തിന്റെ ഭാവി അപകടത്തിലാകുമെന്ന് ശ്രീ. സുകുമാർ അഴീക്കോട് ചൂണ്ടിക്കാണിച്ചു. സമാപന സമ്മേളന ചടങ്ങിനെ ധന്യമാക്കിയ മറ്റൊരു വ്യക്തിത്വം കോഴിക്കോട് കോർപ്പറേഷൻ മേയർ സി.ജെ.റോബിന്റെ സാന്നിദ്ധ്യമായിരുന്നു.

സമാപന സമ്മേളനത്തിനു ശേഷം നടന്ന വിദ്യാർത്ഥികളുടെ കലാപരിപാടികൾ തിങ്ങിനിറഞ്ഞ സദസ്സിനെ ആനന്ദത്തിൽ ആറാടിച്ചു. ഗാനമേള, മോണോആക്ട്, നാടകങ്ങൾ തുടങ്ങിയ കലാപരിപാടികൾ ആഘോഷത്തിന് കൊഴുപ്പുകൂട്ടി. സന്തോഷഭരിതമായ ആ ദിവസം, ആ രാത്രി, 12.03.1974 കോഴിക്കോട്ടുകാർക്ക് ഒരിക്കലും മറക്കാൻ പറ്റാത്തതാണ്.

വിഷ്ണുശർമ്മയുടെ പഞ്ചതന്ത്രം

കേരളത്തിലെത്തിയ ബാസൽ മിഷണറിമാർ അങ്ങേയറ്റം സാഹിത്യകുതുകികളായിരുന്നു. മലയാള സാഹിത്യത്തിനും ഭാഷാ പഠനത്തിനും ചരിത്രപഠനത്തിനും ബാസൽ മിഷനറിമാർ നൽകിയ സംഭാവനകൾ വളരെ പ്രധാനപ്പെട്ടതാണ്. ഇതിന് ഉദാഹരണമാണ് റവ. ഡോ. ഹെർമ്മൻ ഗുണ്ടർട്ട്, ജോസഫ് മൂലയിൽ മുതലായവർ. കേരളോൽപ്പത്തി (1843), മലയാള ഭാഷാ വ്യാകരണം (1851), കേരളപ്പഴമ (1868), മലയാളം-ഇംഗ്ലീഷ് ഡിക്ഷ്ണറി (1872), മലയാളരാജ്യം (1879) എന്നീ ഗ്രന്ഥങ്ങൾക്ക് പുറമെ, മലയാളത്തിലെ ആദ്യത്തെ രണ്ട് പത്രങ്ങൾ, രാജ്യസമാചാരം (1848), പശ്ചിമോദയം (1854) ഇവയെല്ലാം ഗുണ്ടർട്ടിന്റെ സംഭാവനകളാണ്. പഞ്ചതന്ത്രം പോലുള്ള പരമ്പരാഗത സാഹിത്യസൃഷ്ടികൾ അവർ പഠിക്കുകയും പുതിയ തലമുറയെ പഠിപ്പിക്കുകയും ചെയ്തു.

ധാർമ്മിക പാഠങ്ങൾ നൽകുന്ന കഥകളാണ് പഞ്ചതന്ത്രം. മൃഗങ്ങൾ കഥാപാത്രങ്ങളായി വരുന്ന പഞ്ചതന്ത്രം കഥകൾ സംസ്കൃതത്തിലാണ് രചിക്കപ്പെട്ടത്. പല കാലങ്ങളിൽ പ്രചരിക്കപ്പെട്ടിരുന്ന പഞ്ചതന്ത്രം കഥകൾ ക്രോഡീകരിച്ച് ജനപ്രിയമായത് ഗുപ്ത കാലഘട്ടത്തിലാണെന്ന് കരുതപ്പെടുന്നു. (275 - 550 സി.ഇ.) വിഷ്ണു ശർമ്മനാണ് ഈ കഥകളുടെ രചയിതാവായി കരുതപ്പെടുന്നത്. മലയാളം ഉൾപ്പെടെ ലോകത്തിലെ വിവിധ ഭാഷകളിലേക്ക് പഞ്ചതന്ത്രം കഥകൾ തർജ്ജമ ചെയ്യപ്പെട്ടിട്ടുണ്ട്. വിഷ്ണുശർമ്മന്റെ പഞ്ചതന്ത്രം ബാസൽ മിഷൻ സ്കൂളുകളിലും ഉപയോഗിക്കപ്പെട്ടിരുന്നു.

കേരളത്തിൽ മതപ്രവർത്തനത്തിന് എത്തിച്ചേർന്ന ബാസൽ മിഷനറിമാർക്ക് പ്രാദേശികവാസികളുടെ സാംസ്കാരിക ജീവിതത്തെക്കുറിച്ചുള്ള അറിവ് അത്യാവശ്യമായിരുന്നു. അതുകൊണ്ട് അവർ പ്രാദേശിക ജനതയുടെ ഭാഷയും സംസ്കാരവും പഠിക്കാനും മനസ്സിലാക്കാനും

Malayalim

SCHOOL-PANCHATANTRAM

പഞ്ചതന്ത്രം

വിഷ്ണുശർമ്മണാ വിരചിതം

മൂന്നാം അച്ചടിപ്പ്

MANGALORE:

PFLEIDERER & RIEHM, MISSION BOOKSHOP

1866.

വില ൰൨ അണ. Price 12 As.

1866-ൽ മംഗലാപുരത്തെ ബാസൽ മിഷൻ ബുക്ക് ഷോപ്പിൽ പ്രസിദ്ധീകരിക്കപ്പെട്ട മലയാളം പഞ്ചതന്ത്രത്തിന്റെ ആദ്യ പേജ്. 'വിഷ്ണ ശർമ്മണാ വിരചിതം' അഥവാ വിഷ്ണ ശർമ്മൻ രചിച്ചത്. വില 12 അണ.

തീവ്രവും ആത്മാർത്ഥവുമായ ശ്രമങ്ങളും നടത്തി. ഇതിന്റെ ഭാഗമായി മലയാളം, കന്നഡ, സംസ്കൃതം എന്നീ ഭാഷകളിലെ വ്യാകരണങ്ങളും പദഘടനകളും വാക്യപ്രയോഗങ്ങളും അവർ ആഴത്തിൽ പഠിക്കാനും പുതിയ തലമുറയെ പഠിപ്പിക്കാനും ശ്രമിച്ചു. ഇതിനായി അവർ പാഠപുസ്തകങ്ങളും തയ്യാറാക്കുകയും അവ സ്കൂളുകളിൽ ഉപയോഗിക്കപ്പെടുകയും ചെയ്തു. തെക്കേ ഇന്ത്യയിലെ ഭാഷാ ശാസ്ത്ര പഠനത്തെ പക്വതയാർന്ന തലത്തിലെത്തിക്കാൻ മിഷനറിമാർക്ക് കഴിഞ്ഞു. ഇതിന്റെ ഉദാഹരണങ്ങളാണ് സ്കൂളുകളിൽ പഠിപ്പിക്കാൻ ഉപയോഗിച്ചിരുന്ന ഈ പുസ്തകങ്ങൾ.

ചരിത്രം, ഭൂമിശാസ്ത്രം, ഭാഷകൾ, തർക്കശാസ്ത്രം എന്നിവക്ക് പുറമെ ബാസൽ മിഷൻ സ്കൂളുകളിൽ പഠിപ്പിച്ചിരുന്ന പ്രധാന വിഷയം ഗണിതശാസ്ത്രമായിരുന്നു. സാധാരണ മനുഷ്യർക്ക് ദൈനംദിന ജീവിതത്തിൽ ഏറ്റവും ആവശ്യമുള്ളത് ഗണിതത്തിലുള്ള അറിവാണ്.

COLLOQUIAL PHRASES

AND

Short And Easy Dialogues

IN

ENGLISH AND MALAYALAM

FOR THE USE OF BEGINNERS IN BOTH LANGUAGES

BY

KALLADI THYEN RAMUNNI.

Writer, Station Hospital, Cannanore.

FOURTH EDITION

PUBLISHED BY THE
BASEL MISSION BOOK DEPOT, MANGALORE.
1955

MALAYALAM AND ENGLISH

VOCABULARY

BY

Kalladi Thyen Ramunni,

Writer, Station Hospital, Cannanore.

SEVENTH EDITION

ഭാഷാസഹായി

കണ്ണൂർ സ്റ്റേഷൻ ആസ്പത്രി റൈട്ടറായ

കല്ലാടി തയ്യൻ രാമുണ്ണിയാൽ

ഉണ്ടാക്കപ്പെട്ടതു

ഏഴാം പതിപ്പു.

PUBLISHED BY THE
BASEL MISSION BOOK DEPOT
MANGALORE
1951

അതുകൊണ്ടുതന്നെ സ്കൂളുകളിലെ പാഠ്യപദ്ധതിയുടെ അവിഭാജ്യഘടകമായിരുന്നു ഗണിതശാസ്ത്ര പഠനം. മലബാർ ക്രിസ്ത്യൻ കോളേജ് ഹൈസ്കൂളിൽ ഗണിതശാസ്ത്രം പഠിപ്പിക്കാൻ ഉപയോഗിച്ചിരുന്ന ഗ്രന്ഥത്തിന്റെ കവർ പേജ്, വർഷം 1955. ഈ ഗണിതശാസ്ത്ര ഗ്രന്ഥം തയ്യാറാക്കിയത് തലശ്ശേരിയിലെ ബി.ഇ.എം. ഹൈ ആന്റ് ട്രെയിനിംഗ് സ്കൂൾ ഹെഡ്മാസ്റ്റർ ജെ. പാവമണിയായിരുന്നു. ഈ ഗ്രന്ഥമുൾപ്പെടെ ബാസൽ മിഷൻ സ്കൂളുകളിൽ പഠിപ്പിച്ചിരുന്ന മിക്ക പാഠപുസ്തകങ്ങളും പ്രസിദ്ധീകരിച്ചിരുന്നത് മംഗലാപുരത്തെ ബാസൽ മിഷന്റെ ബുക് ഡിപ്പോയിലായിരുന്നു.

GENERAL MATHEMATICS

BOOK III FOR FORM VI

(According to the Syllabus issued in July 1950)

Approved as a Text-Book by the Madras Text-Book Committee
Vide Fort St. George Gazette, Part I-B, page 72
dated May 19, 1954.

J. Pavamani, B. A., L. T.
Headmaster, B. E. M. High and Training School, Tellicherry.

സാമാന്യഗണിതശാസ്ത്രം

മൂന്നാം പുസ്തകം — 6-ാം ഫോറത്തിന്നു.

(1950 ജുലായിമാസം പ്രസിദ്ധപ്പെടുത്തിയ പാഠപദ്ധതിക്കനുസരിച്ചെഴുതിയത്).

PUBLISHED BY THE
BASEL MISSION BOOK DEPOT
MANGALORE
1955

Price: Re. 1 As. 12] [വില: 1ക. 12ണ.

ഫ്രോൻമെയറും പ്രകൃതിശാസ്ത്രവും

കേരളത്തിലെത്തിയ ബാസൽ മിഷനറിമാർ ശാസ്ത്രപഠന രംഗത്തും നിർണ്ണായക സംഭാവനകൾ നൽകി. 1883-ൽ മലയാളത്തിലെ ലക്ഷണമൊത്ത ശാസ്ത്രസാഹിത്യ ഗ്രന്ഥം എന്ന് നിരൂപകർ വിശേഷിപ്പിച്ച 'പ്രകൃതിശാസ്ത്രം' പ്രസിദ്ധീകരിക്കപ്പെട്ടു. മലബാറിലെത്തിയ ജർമ്മൻ മിഷനറി ലിയൊനാദ് യൊഹാന ഫ്രോൻമെയറാണ് ഈ ഗ്രന്ഥം രചിച്ചത്. ആധുനിക ശാസ്ത്രത്തിലെ ഏതെങ്കിലും ഒരു അവാന്തരവിഭാഗം പ്രത്യേക വിഷയമായി പരിഗണിച്ച് ഒരു പൂർണ്ണഗ്രന്ഥം ഇറങ്ങാതിരുന്ന കാലത്താണ് മലയാളത്തിലെ പ്രഥമ ഊർജ്ജതന്ത്ര ഗ്രന്ഥം പ്രസിദ്ധീകരിക്കപ്പെടുന്നത്. (മലബാർ ക്രിസ്ത്യൻ കോളേജ് ഹയർ സെക്കൻഡറി ഹാൾ ഫ്രോൻമെയർ ഹാൾ എന്ന പേരിലാണ് അറിയപ്പെടുന്നത്).

ജോസഫ് മുളിയിലും (1863-1942 സുകുമാരി എന്ന നോവലും

1863-ൽ മുളിയിൽ കുടുംബത്തിലാണ് ജോസഫിന്റെ ജനനം. ബി.എ. ബിരുദം പാസ്സായതിനുശേഷം മലബാർ ക്രിസ്ത്യൻ കോളേജിൽ അദ്ധ്യാപകനായി, ഇംഗ്ലീഷും മലയാളവും പഠിപ്പിച്ചു. കുറച്ചുകാലം ക്രിസ്ത്യൻ കോളേജിൽ പ്രിൻസിപ്പലായിരുന്നു. ധാരാളം പുസ്തകങ്ങൾ എഴുതി. അതിൽ ഏറ്റവും പ്രധാനപ്പെട്ടതായിരുന്നു സുകുമാരി എന്ന നോവൽ.

മലയാള നോവൽ സാഹിത്യശാഖയിലെ ആദ്യകാലത്തെ പ്രശസ്ത നോവലുകളിലൊന്നാണ് സുകുമാരി. ബാസൽ മിഷൻ സമുദായത്തിന്റെ ഒരു രേഖാചിത്രമാണ് നോവൽ അനാവരണം ചെയ്യുന്നത്. വടക്കേ മലബാറിലെ ബാസൽ മിഷൻ പ്രവർത്തനങ്ങളുടെ കാലവും, സഭയിലെ ജനങ്ങളുടെ ജീവിതവും നോവലിലെ വിഷയങ്ങളിലൊന്നാണ്. പത്തൊമ്പതാം നൂറ്റാണ്ടിന്റെ അവസാനകാലത്താണ് ഈ നോവൽ രചിക്കപ്പെട്ടത്. ഈ ഗ്രന്ഥം ഏതാനും വർഷങ്ങൾക്ക് മുമ്പ് ഹരിതം ബുക്സ് പുനഃപ്രസിദ്ധീകരിച്ചു. (ഒന്നാം ലോക യുദ്ധത്തിനു ശേഷം 1919ൽ ബി.ജി.എം. കോളേജിന്റെ നടത്തിപ്പ് ചുമതല മദ്രാസ് ക്രിസ്ത്യൻ കോളേജ് ഏറ്റെടുക്കുകയും അങ്ങനെ ബാസൽ മിഷൻ കോളേജ് മലബാർ ക്രിസ്ത്യൻ കോളേജായി മാറുകയും ചെയ്തു. ഈ അവസരത്തിൽ മലബാർ ക്രിസ്ത്യൻ കോളേജ് പ്രിൻസിപ്പലായി നിയമിതനായത് ജോസഫ് മുളിയിൽ ആയിരുന്നു. അദ്ദേഹമായിരുന്നു മലബാറിലെ മലബാർ ക്രിസ്ത്യൻ കോളേജ് ഹൈസ്കൂൾ ഉൾപ്പെടെയുള്ള വിദ്യാഭ്യാസ സ്ഥാപനങ്ങളുടെ നടത്തിപ്പ് ചുമതലയുണ്ടായിരുന്ന കമ്മിറ്റിയുടെ തലപ്പത്തുണ്ടായിരുന്നത്.)

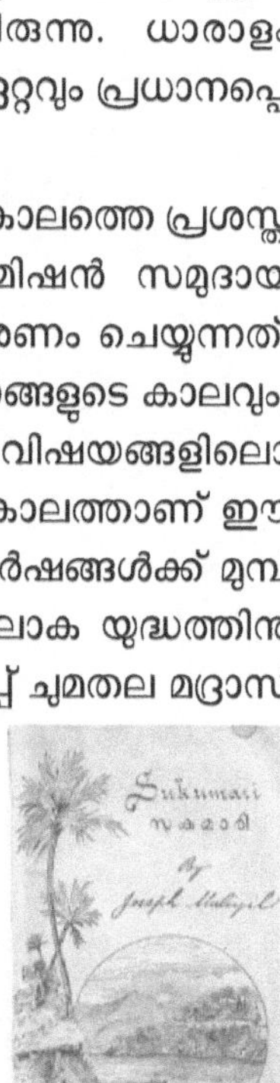

ഭാഗം 3
ചരിത്രരേഖകളിലെ എം.സി.സി.

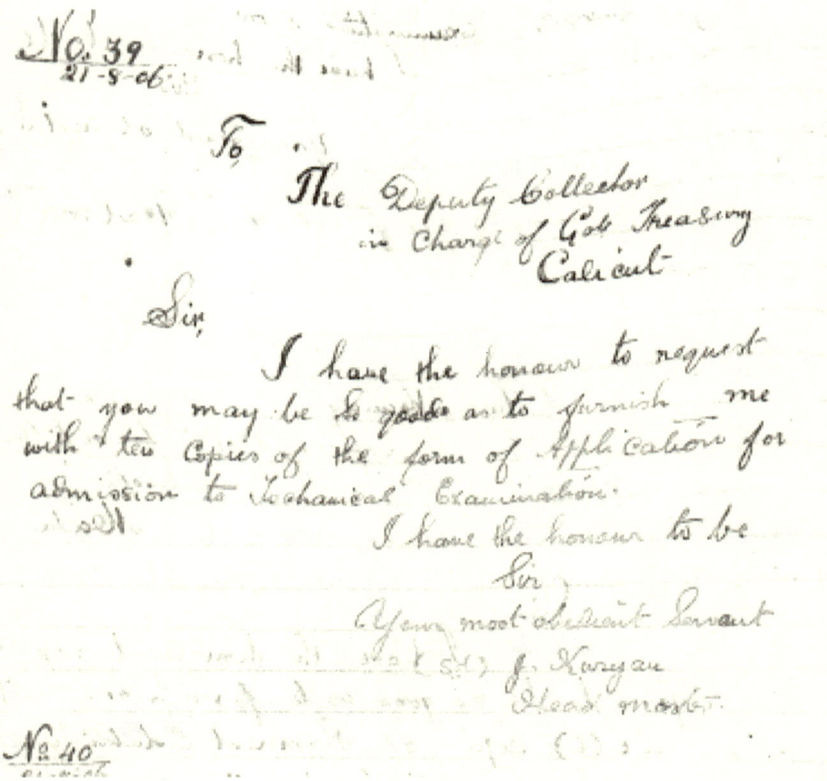

No. 39
21-8-06

To

The Deputy Collector
in Charge of Govt Treasury
Calicut

Sir,

I have the honour to request that you may be so good as to furnish me with ten Copies of the form of Application for admission to Technical Examination.

I have the honour to be
Sir
Your most obedient Servant
(Sd) J. Kuryan
Head master

No. 40

മലബാർ ക്രിസ്ത്യൻ കോളേജ് ഹൈസ്കൂളിന്റെ ആദ്യകാല പ്രവർത്തനവുമായി ബന്ധപ്പെട്ട ചില രേഖകൾ, 21.08.1906. ഈ കത്തിൽ സാങ്കേതിക പരീക്ഷക്ക് ആവശ്യമായ വിവരങ്ങൾ നൽകണമെന്ന് അന്നത്തെ സ്കൂൾ ഹെഡ് മാസ്റ്റർ ജെ.കര്യൻ ഡെപ്യൂട്ടി കലക്ടർക്ക് വളരെ വിനീതനായി അപേക്ഷിക്കുന്നു.

Malabar Christian

Basel-Mission College High School, Calicut.

Expenditure during the month of February 1920

Corresponding head in the financial statement.	Amount up to the end of the previous month Rs.	a.	p.	Amount for the current month. Rs.	a.	p.	Progressive total. Rs.	a.	p.	Remarks.
Expenditure on—										
1. Teaching staff	[illegible]			[illegible]	-	-	14292	-	-	
2. Servants including writer	[illegible]			[illegible]	-	-	528	-	-	
3. Rents										
4. Taxes	65	-	-	-	-	-	65	-	-	
5. Ordinary repairs and upkeep	86	9	-	-	-	-	86	9	-	
6. Contingencies	177	-	3	10	8	-	187	8	3	
7. Scholarships	297	6	-	49	-	-	346	6	-	
8. Prizes										
9. New buildings										
10. Furniture										
11. Science apparatus and materials	8	4	-	-	-	-	8	4	-	
12. Other appliances for teaching										
13. Library	28	1	-	-	-	-	28	1	-	
14. Gymnasium and games	110	-	-	3		-	113	-	-	
15. Outlay not falling under the above heads	130	-	-	6	-	-	136	-	-	
16. Closing balance				416	1	3				
GRAND TOTAL	[illegible]		3	[illegible]	9	3	15788	12	3	

J. Kuriyan
Correspondent.
Date, [illegible] March 1920

J. Kuriyan
Headmaster.
Date, [illegible] March 1920

ബാസൽ മിഷൻ കോളേജ് ഹൈസ്കൂളിന്റെ മാസച്ചിലവ് സൂചിപ്പിക്കുന്ന രജിസ്റ്ററിലെ ഒരു പേജ്, ഫെബ്രുവരി, 1920. പേജിൽ ഒപ്പിട്ടിരിക്കുന്നത് അന്നത്തെ ഹെഡ് മാസ്റ്റർ ജെ.കുര്യൻ. മാസച്ചിലവുകളിൽ പ്രധാനപ്പെട്ടത് സ്കൂളിന്റെ അറ്റകുറ്റപ്പണികൾക്കുള്ള ചിലവ്, സ്കോളർഷിപ്പ്, ജിംനേഷ്യം, ലൈബ്രറി, ഗെയിംസ് എന്നിവക്കുള്ളതായിരുന്നു. കൊളോണിയൽ മലബാറിന്റെ സ്കൂൾ വിദ്യാഭ്യാസത്തിന്റെ അവിഭാജ്യഘടകമായിരുന്ന ബ്രിട്ടീഷ് ഭരണത്തിലൂടെ ഇവിടെ പ്രചരിച്ച പാശ്ചാത്യ കായിക സംസ്കാരവും, വിനോദങ്ങളും.

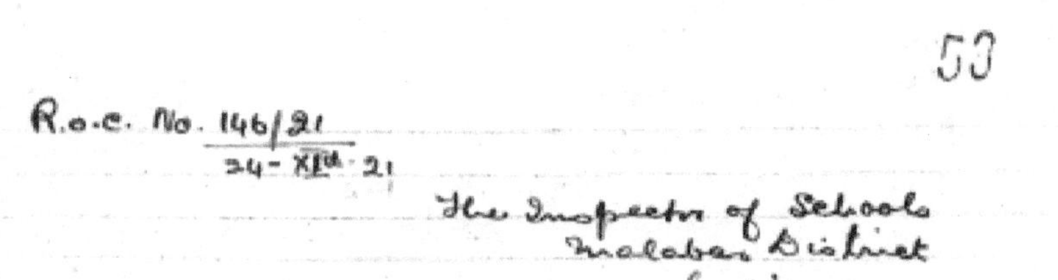

53

R.o.c. No. 146/21
24-XIth-21

The Inspector of Schools
Malabar District
Calicut

Sir,

I have the honour to ask you to kindly inform me whether scholars have been elected to the following scholarships

1) The Dana Malabar Scholarship
2) The Sharp's Scholarship and
3) The Anolley Junior Scholarship

Students of this College sent in applications for these scholarships but I have not heard whether any have been elected to them.

(Sd) Principal

മലബാർ ക്രിസ്ത്യൻ കോളേജ് ഹൈസ്കൂളിലെ വിവിധ സ്കോളർഷിപ്പുകളെക്കുറിച്ചുള്ള വിവരങ്ങൾ നൽകുന്ന രേഖ. നിർദ്ധനരായ വിദ്യാർത്ഥികൾക്ക് ഏറെ ഉപകാരപ്രദമായിരുന്ന സ്കോളർഷിപ്പ് രൂപത്തിലുണ്ടായിരുന്ന സാമ്പത്തിക സഹായങ്ങൾ. കൊളോണിയൽ ഭരണകാലത്തു പോലും വിവിധ സ്കോളർഷിപ്പുകൾ നിലനിന്നിരുന്നു എന്നതാണ് ഈ കത്ത് നൽകുന്ന സൂചന. വിദ്യാഭ്യാസം അടിസ്ഥാനപരമായി സേവനമായിരുന്നുവെന്നും അത് കച്ചവടമായിരുന്നില്ല എന്നുള്ള ആശയത്തെ ഊട്ടിയുറപ്പിക്കുന്നതാണ് ഈ കത്ത്. 24.11.1921

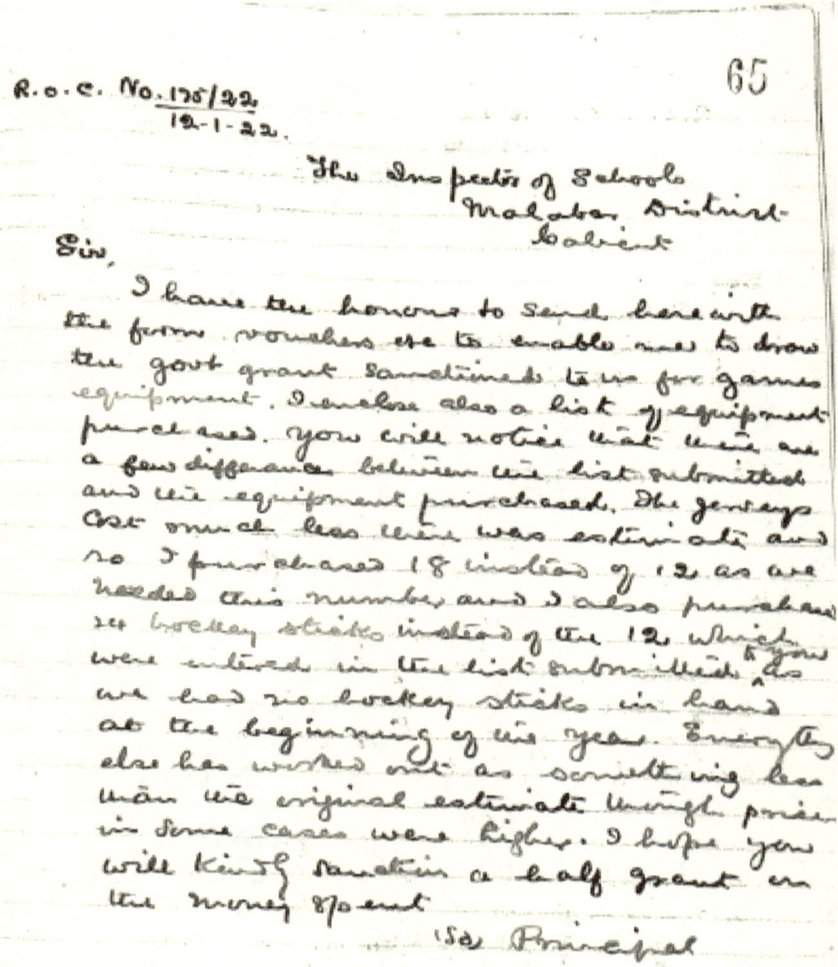

65

R.O.C. No. 176/22
12-1-22.

The Inspector of Schools
Malabar District
Calicut

Sir,

I have the honour to send herewith the form vouchers etc to enable me to draw the govt grant sanctioned to us for games equipment. I enclose also a list of equipment purchased. You will notice that there are a few differences between the list submitted and the equipment purchased. The jerseys cost much less than was estimated and so I purchased 18 instead of 12 as we needed this number and I also purchased 24 hockey sticks instead of the 12 which were entered in the list submitted to you as we had no hockey sticks in hand at the beginning of the year. Everything else has worked out as something less than the original estimate though prices in some cases were higher. I hope you will kindly sanction a half grant on the money spent

(Sd) Principal

മലബാർ ക്രിസ്ത്യൻ കോളേജ് ഹൈസ്കൂളിൽ വിദ്യാർത്ഥികൾക്ക് ആവശ്യമായ സ്പോർട്സ് ഉപകരണങ്ങൾ വാങ്ങുന്നതുമായി ബന്ധപ്പെട്ട വിവിധ കാര്യങ്ങൾ ചർച്ച ചെയ്യുന്ന കത്ത്. കൊളോണിയൽ വിദ്യാഭ്യാസത്തിന്റെ അടിസ്ഥാനഘടകമായിരുന്ന സ്പോർട്സ് ആന്റ് ഗെയിംസ്.

Conduct of Students.

1. Every student shall wear clean and suitable clothing.
2. Umbrellas must be left in the places provided for them.
3. Every student shall salute the Principal and Headmaster, the lecturers or teachers on the occasion of his first meeting them for the day within the College precincts.
4. Every student shall salute the Principal and Headmaster, the lecturers of the college or teachers of the school whenever he meets them in public.
5. When any visitor except in the case of the Principal enters a class-room the students in it shall remain seated, but shall be prepared to stand up at once if any signal for their doing so is given by the lecturer.
6. In every class each student shall have a special seat and shall not occupy any other seat without express permission.
7. On the lecturer entering the class-room the students shall rise and remain standing till they are desired to sit or till the lecturer takes his seat.
8. No student shall leave the class-room without the permission of the lecturer or until the class is dismissed.
9. Students, who may have no class to attend at any particular period, are allowed to sit in any class-room that may be unoccupied at that time. They are not permitted to loiter in the premises.
10. No organized meetings shall be held in the college precincts without the express permission of the Principal.
11. No students shall take part in political agitations directed against the authority of Government, or engage prominently in any public movement with which it seems undesirable that persons *in statu pupillari* should be associated.
12. Serious notice will be taken of absence without leave, from the college examinations and at the reopening of classes after the holidays.
13. Irregular attendance, insubordination to teachers, habitual inattention to class-work, obscenity in word or act, are sufficient for the permanent or temporary dismissal of a student. Offences such as injuring college property are punishable by a fine.
14. Smoking is forbidden on the college premises.
15. In regard to all matters not specified in the foregoing rules students shall aim at conducting themselves according to the highest standard of manners with which they are acquainted.

4*

ആദ്യകാലങ്ങളിൽ മലബാർ ക്രിസ്ത്യൻ കോളേജ് ഹൈസ്കൂളും കോളേജും ഒരുമിച്ച് പ്രവർത്തിച്ചിരുന്നു. അതുകൊണ്ടുതന്നെ സ്കൂളിനും കോളേജിനുമായി ഒരു കലണ്ടറേ ഉണ്ടായിരുന്നുള്ളൂ. 1928 ലെ സ്കൂൾ/കോളേജ് കലണ്ടർ വിദ്യാർത്ഥികളുടെ അച്ചടക്കത്തെക്കുറിച്ചും പ്രവർത്തനങ്ങളെക്കുറിച്ചും നിർണ്ണായക സൂചനകൾ നൽകുന്നു. ബ്രിട്ടീഷ് ഭരണത്തോട് വിധേയത്വമുള്ള അച്ചടക്കമുള്ള ഒരു തലമുറയെ സൃഷ്ടിക്കുക എന്നതായിരുന്നു കൊളോണിയൽ വിദ്യാഭ്യാസത്തിന്റെ അടിസ്ഥാന ലക്ഷ്യമെന്ന് പലപ്പോഴും സാമൂഹ്യ ശാസ്ത്രജ്ഞന്മാരും വിദ്യാഭ്യാസ വിദഗ്ധരും അഭിപ്രായപ്പെട്ടിട്ടുണ്ട്. വിദ്യാർത്ഥികൾക്കുള്ള പെരുമാറ്റച്ചട്ടങ്ങൾ പലപ്പോഴും ഈ നിരീക്ഷണത്തെ ശരിവെക്കുന്നതാണ്.

5. Sports:—Sports form an important part of the College activities. The interest in sports is growing in the students and boys themselves which is shown by the fact that a small group of students started of their own accord a cricket club. The tennis club, too, is managed by the students themselves with a lecturer as their Secretary. The official clubs conducted by the College are those for football, hockey, volley ball and badminton. Besides, our new Physical director, Mr. Joseph, has introduced new games, such as basket ball and base ball of which our boys generally are very fond. Compulsory physical education has, this year, been introduced in the college classes. There can be no doubt about the great value of such education, but not all students have realised it yet. We hope that in course of time compulsion will become unnecessary when India as a whole recognises the truth of the latin saying: "Mens sana in corpore sano": "A sound mind in a sound body." I am proud to record here the success our college had at the recent West Coast Tournament. Not less than three cups were won by our college, namely those for foot ball, badminton and relay race. The Grigg medal for sports was awarded to Karunakaran K. of the VI Form. May there be many from our college who will be awarded the highest prize, the prize of eternal life which God will give to those who love Him.

സ്കൂൾ, കോളേജ് മാഗസിൻ (1928) ഒന്നായതുകൊണ്ട് സ്കൂളിലെയും കോളേജിലെയും കായികപ്രവർത്തനങ്ങളുടെ വിശദവിവരങ്ങൾ സ്പോർട്സ് എന്ന ഈ ഭാഗത്തു നമുക്ക് കാണാം. ഈ റിപ്പോർട്ടിന്റെ ആദ്യഭാഗത്ത് കോളേജിലെ വിവിധ കായിക പ്രവർത്തനങ്ങളെക്കുറിച്ച് പരാമർശിക്കുന്നു. റിപ്പോർട്ടിന്റെ അവസാനഭാഗത്ത് VIth ഫോമിലെ കരുണാകരൻ. കെ. എന്ന വിദ്യാർത്ഥിക്കാണ് ഏറ്റവും മികച്ച കായിക താരത്തിനുള്ള ഗ്രിഗ് മെഡൽ നൽകപ്പെട്ടത്. മദ്രാസ് പ്രസിഡൻസിയിലെ അഥവാ ഇന്ത്യൻ ഉപഭൂഖണ്ഡത്തിന്റെ പടിഞ്ഞാറൻ തീരത്തുള്ള പ്രധാന ഇന്റർ സ്കൂൾ, ഇന്റർ കോളേജിയേറ്റ് ടൂർണ്ണമെന്റായ വെസ്റ്റ്കോസ്റ്റ് ടൂർണ്ണമെന്റിനെക്കുറിച്ചുള്ള പരാമർശം കാണാം.

EXTRACTS

From the Report by the Principal for the Year 1928.

1. Staff:—There have been considerable changes in the staff, the most important of which was the change of the Headmaster. Mr. Mulley, the former Headmaster, was asked to fill a vacancy in the Basel Mission High School at Palghat. He left us on the 15th of June. We thank him in this place for all the services he has rendered to the school. His successor is Mr. John Thaddaueus, the present Headmaster, who was once already connected with the College as Lecturer in Physics and warden of the hostel. We pray that his new service to the institution may prove a real blessing.

There have further been 12 new appointments to the staff, 3 in the College and 9 in the High School Department. This was partly due to some of the lecturers leaving us to join another College as in the case of Mr. N. Chakravarthi, lecturer in Chemistry, or to accept an appointment in Government service as in the case of Mr. Frederick, who is now an Assistant Superintendent of Police. One teacher, Mr. Devadasan, retired after faithful service. The opening of new divisions and classes also necessitated new appointments so that the staff consists of 43 members among which are three mistresses. Two teachers returned from training, one was sent for training.

2. Strength:—The total number on the rolls is now 982 which means an increase of 60 over last year. 87 are reading in the Intermediate classes. We have now 3 divisions each, in the VI, V and IV Forms and two or three divisions in the lower Forms and classes with the exception of classes I and II in the Primary department—so that we are very hard up for room. There is pressing need for more accommodation. We hope that next year's report can show that some-thing has been done in this direction.

മലബാർ ക്രിസ്ത്യൻ കോളേജ് ഹൈസ്കൂളിന്റെ വാർഷിക റിപ്പോർട്ട് (1928) തയ്യാറാക്കിയത് കോളേജ് പ്രിൻസിപ്പൽ.

സ്കൂളിന്റെയും കോളേജിന്റെയും അദ്ധ്യാപകരുടെ നിയമനത്തിലുണ്ടായ മാറ്റങ്ങളാണ് ഇവിടെ പ്രധാനമായും പ്രതിപാദിക്കുന്നത്. സ്കൂളിന്റെ ഹെഡ് മാസ്റ്റർ ടി.ജെ. മുള്ളി പാലക്കാട്ടെ ബാസൽ മിഷൻ സ്കൂളിലേക്ക് സ്ഥലം മാറിയതായും പുതിയ ഹെഡ്മാസ്റ്ററായി ജോൺ തടേഷ്യസ് ചാർജ്ജെടുത്തതായും പറയുന്നു. അദ്ദേഹം കോളേജിലെ ഫിസിക്സ് അദ്ധ്യാപകനായിരുന്നുവെന്നും റിപ്പോർട്ടിൽ സൂചിപ്പിക്കുന്നു. ദേവദാസൻ എന്നൊരു അദ്ധ്യാപകൻ സർവ്വീസിൽ നിന്നു വിരമിച്ചതായും ഇപ്പോൾ സ്കൂളിലും കോളേജിലുമായി 43 അദ്ധ്യാപകർ ജോലി ചെയ്യുന്നുവെന്നും റിപ്പോർട്ടിൽ സൂചിപ്പിക്കുന്നു.

MALABAR CHRISTIAN COLLEGE 7

3. Examinations:—I am happy to say that our results in the Intermediate Examinations this year were comparatively good. Out of 35 candidates we sent up 17 passed completely, three of them being placed in the first class and one of these being second in the presidency, 11 passed in parts. Most of these completed their certificates at the September Examination. For the first time in its history, our College was made this year the centre of the University Examinations held at Calicut.

78 candidates appeared for the S. S. L. C. Examination and 28 passed, unfortunately not a very high percentage. One of the reasons is that we sent up all boys from the VI Form. We regard it as desirable that all boys when once they have reached the highest form should be sent for the final examination without special selection, but this demands very strict and careful promotions in the lower classes. We hope that thereby we shall gradually raise the standard of the school. For the present we shall have to make selections of candidates so that we may not be too badly off in the results.

4. Inspection:—A very thorough inspection of the school was held in August by the District Educational Officer who was assisted by two of his assistants. The inspection report reveals a number of defects. We are ourselves aware of them, but we know that many of them are due to want of funds. At the same time we are grateful for the encouragement the inspection has brought us. We do not want to be flattered, but wish that we may see things as they are—true to the motto of our College: "faithful and true."

There has again been a medical examination of all boys conducted by our Medical Inspector, Dr. N. Achuthan. His report is very satisfactory as far as sanitary conditions of the College premises and the general health of the boys are concerned. But the report also points out comparatively many cases of under-nourishment. This is not surprising when one knows that there are boys who walk

1927-28 അദ്ധ്യയന വർഷത്തെ സ്കൂളിലെ പരീക്ഷാഫലത്തെ സൂചിപ്പിക്കുന്ന റിപ്പോർട്ട്. ആ വർഷം പരീക്ഷാഫലം മികച്ചതായിരുന്നില്ല എന്ന് റിപ്പോർട്ടിൽ സൂചനയുണ്ട്. 35 പേർ ഇന്റർമീഡിയറ്റ് പരീക്ഷയെഴുതിയതിൽ 17 പേരാണ് പാസ്സായത്. 11 പേർ പാർട്ടുകളായി പാസ്സായതായും റിപ്പോർട്ട് സൂചിപ്പിക്കുന്നു. പോരായ്മകൾ പരിഹരിക്കാനുള്ള ശ്രമങ്ങളും നടന്നതായി റിപ്പോർട്ടിൽ സൂചനയുണ്ട്.

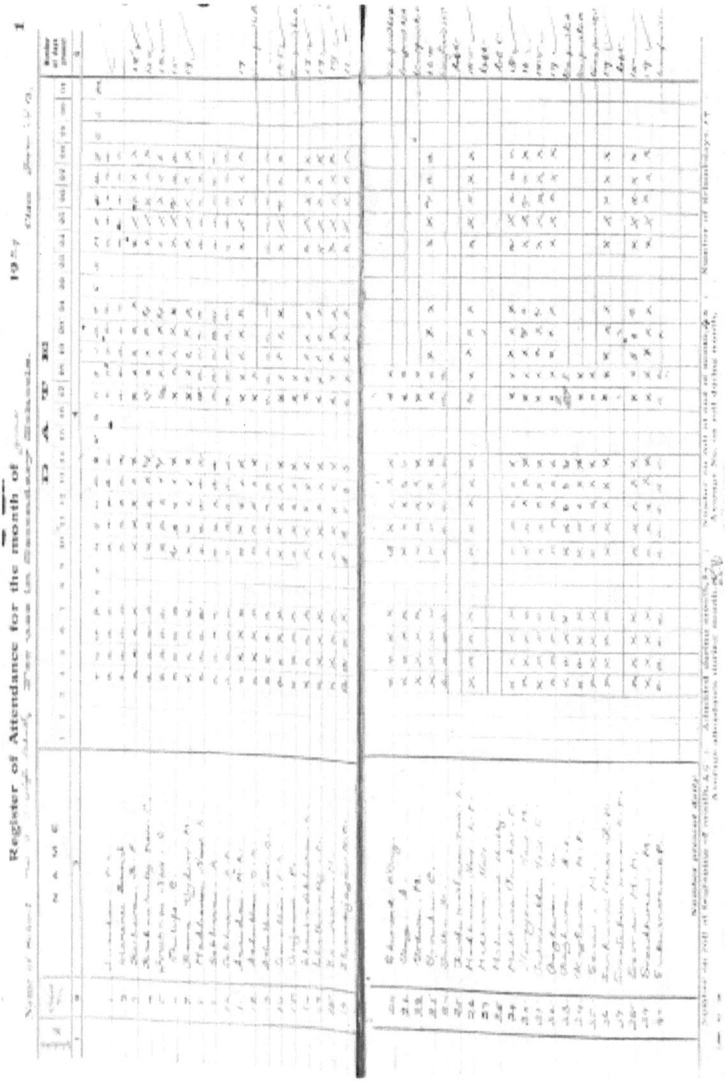

മലബാർ ക്രിസ്ത്യൻ കോളേജ് ഹൈസ്കൂളിലെ അറ്റൻഡൻസ് രജിസ്റ്റർ, വർഷം 1929 IVth ഫോം ബി. അറ്റൻഡൻസ് രജിസ്റ്റർ പ്രകാരം നാൽപ്പത് വിദ്യാർത്ഥികൾ ക്ലാസ്സിലുണ്ടായിരുന്നു

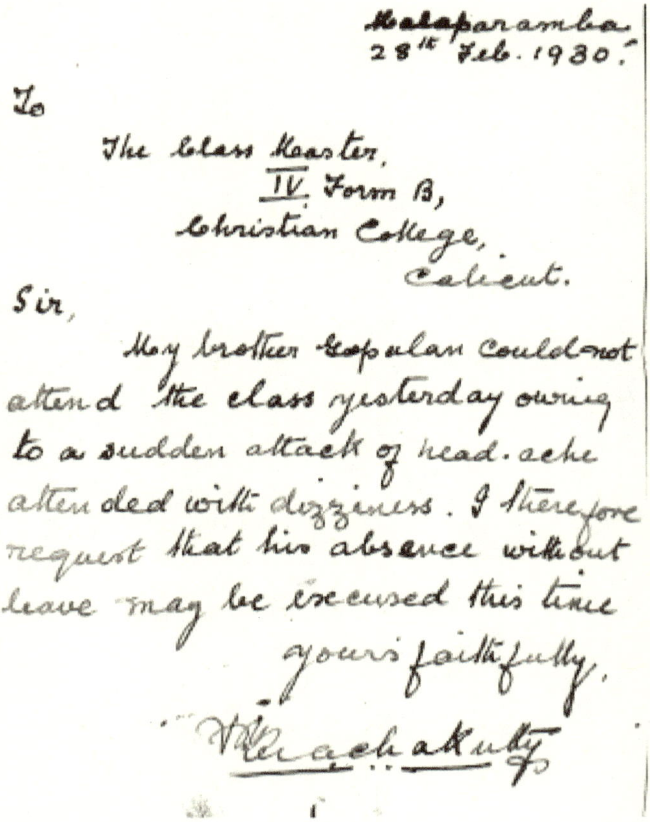

Malaparamba
28th Feb. 1930.

To

The Class Master,
IV. Form B,
Christian College,
Calicut.

Sir,

My brother Gopalan could not attend the class yesterday owing to a sudden attack of head-ache attended with dizziness. I therefore request that his absence without leave may be excused this time

Yours faithfully,

[illegible]

കൗതുകകരമായ ഒരു ലീവ് ലെറ്റർ

1930 ഫെബ്രുവരി 28ന് ഒരു വിദ്യാർത്ഥിക്ക് തലവേദനയും തലചുറ്റലും കാരണം സ്കൂളിൽ വരാൻ പറ്റിയില്ലെന്നും അതുകൊണ്ട് ലീവ് അനുവദിക്കണമെന്നും അഭ്യർത്ഥിച്ചുകൊണ്ട് വിദ്യാർത്ഥിയുടെ സഹോദരൻ മലബാർ ക്രിസ്ത്യൻ കോളേജ് ഹൈസ്കൂളിലെ IVth ഫോം ബി. യിലെ ക്ലാസ് മാസ്റ്റർക്ക് നൽകിയ ലീവ് ലെറ്റർ.

R.o.c.No.241/36
17.2.36

MALABAR CHRISTIAN COLL
CALICUT. 17th Februa .36.

From

The Correspondent,
Malabar Christian College Higher Ely.School,
C a l i c u t.

To

The President,
District Educational Council,
C a l i c u t.

Through

The District Educational Officer,
Malabar, Calicut.

Through

The Deputy Inspector of Schools
Calicut Taluk,
C a l i c u t.

Sir,

You have been good enou o recognise and admit to aid Classes 6 and 7 of the above a school. I have the honour to request you to be good enough give the necessary permission to open class 8 of this sch in June 1936.

I have the honour to be,
Sir,
Your obedient servant,

Correspondent,
M.C.College Higher Ely. School,
Ca licut.

Copy to e President, District Educational Council, Calicut.
Copy he District Educational Officer, Malabar, Calicut.
Cop the Deputy Inspector of Schools, Calicut Taluk, Calicut.

മലബാർ ക്രിസ്ത്യൻ കോളേജ് ഹൈസ്കൂളിൽ പുതുതായി 6, 7 ക്ലാസ്സുകൾ ആരംഭിക്കാനുള്ള അനുവാദം അഭ്യർത്ഥിച്ചുകൊണ്ട് മലബാർ ക്രിസ്ത്യൻ കോളേജിൽ നിന്ന് കൊളോണിയൽ മലബാറിലെ വിവിധ വിദ്യാഭ്യാസ കേന്ദ്രങ്ങളിലേക്ക് നൽകിയ അപേക്ഷ. തിയ്യതി 17.2.1936

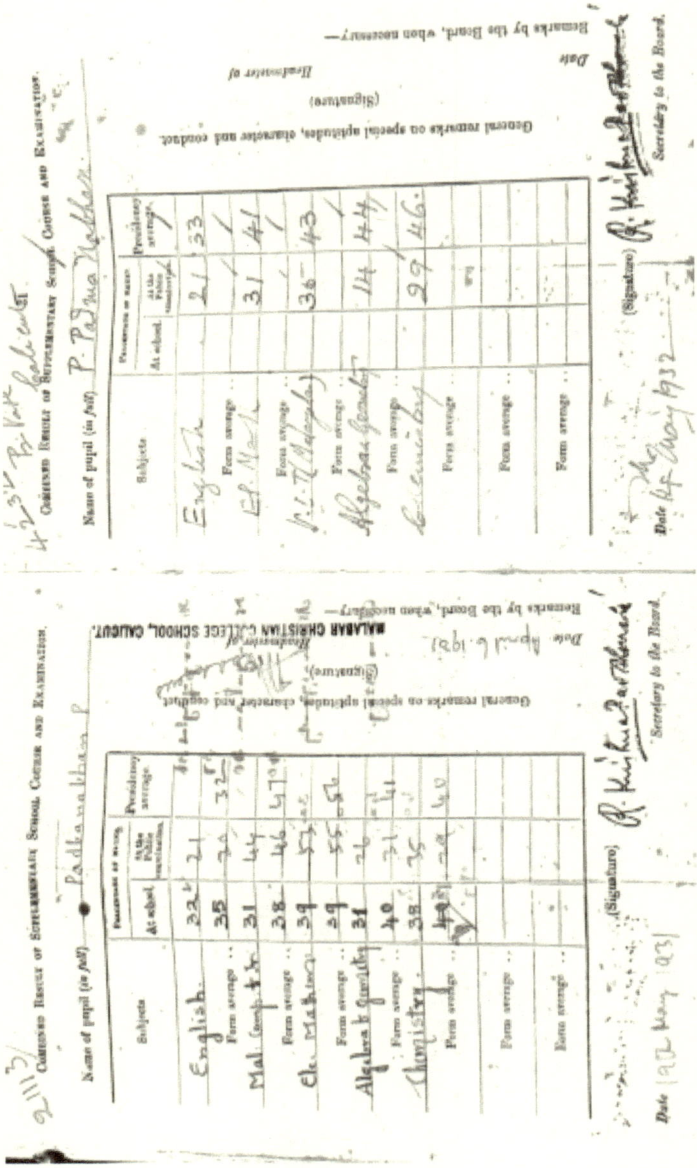

പത്മനാഭൻ പി. എന്ന വിദ്യാർത്ഥിയുടെ എസ്.എസ്.എൽ.സി. മാർക്ക് ലിസ്റ്റ്- 1932. മാർക്ക് ലിസ്റ്റിൽ ഒപ്പിട്ടിരിക്കുന്നത് ഹെഡ് മാസ്റ്റർ ജെ.എസ്.തദേവൂസ്

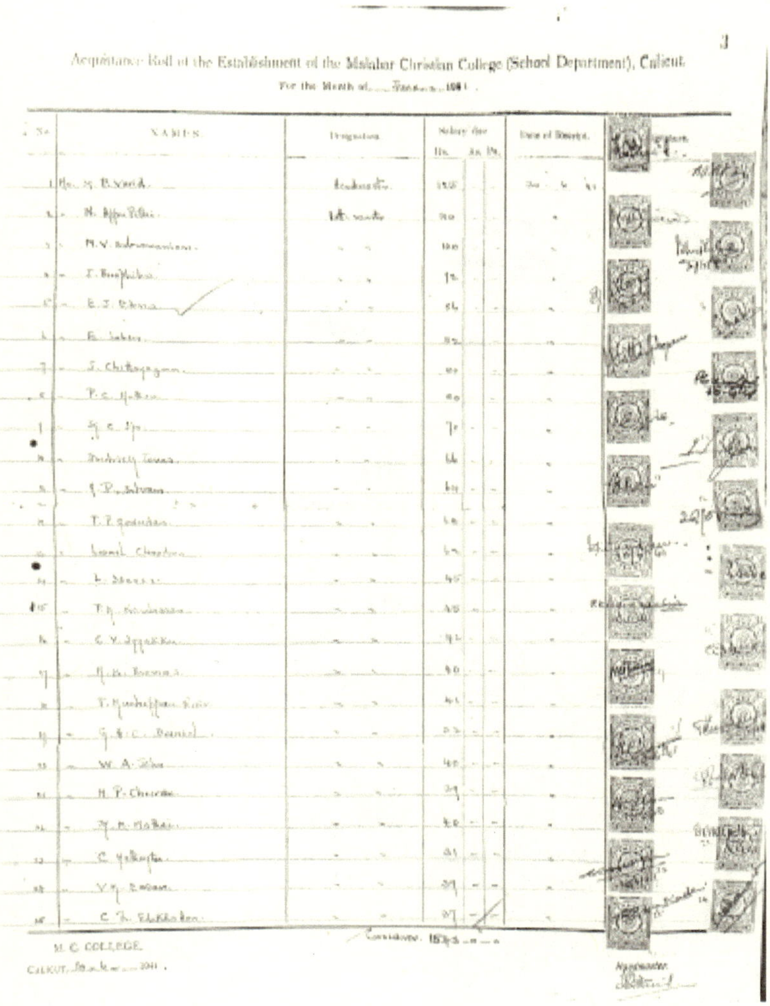

Acquittance Roll of the Establishment of the Malabar Christian College (School Department), Calicut

M. C. COLLEGE

രണ്ടാം ലോക യുദ്ധകാലത്ത് മലബാർ ക്രിസ്ത്യൻ കോളേജ് ഹൈസ്കൂളിലെ ഹെഡ് മാസ്റ്റർക്കും മറ്റ് അദ്ധ്യാപകർക്കും ലഭിച്ച ശമ്പളത്തെ സൂചിപ്പിക്കുന്ന അക്വിറ്റൻസ് റോൾ, വർഷം 1941 (അന്നത്തെ ഉയർന്ന ശമ്പളം നൂറ്റി ഇരുപത്തഞ്ച് രൂപയും ഏറ്റവും കുറഞ്ഞ ശമ്പളം മുപ്പത്തിയൊമ്പത് രൂപയും ആയിരുന്നു)

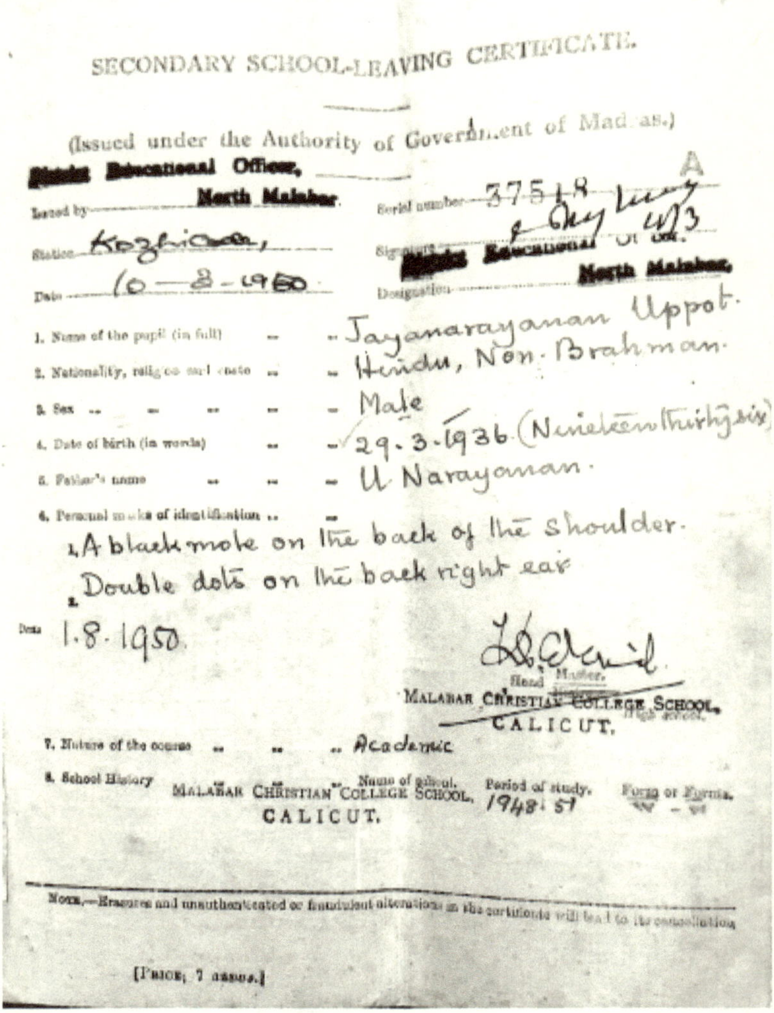

SECONDARY SCHOOL-LEAVING CERTIFICATE.

(Issued under the Authority of Government of Madras.)

Issued by [illegible] Educational Officer, North Malabar. Serial number 37518 A

Station Kozhicode, Signature [illegible] Educational Officer, North Malabar.

Date 10-8-1950 Designation

1. Name of the pupil (in full) .. .. Jayanarayanan Uppot.
2. Nationality, religion and caste .. .. Hindu, Non-Brahman.
3. Sex .. .. Male
4. Date of birth (in words) .. .. 29-3-1936 (Nineteen thirty six)
5. Father's name .. .. .. U. Narayanan.
6. Personal marks of identification .. ..
   1. A black mole on the back of the shoulder.
   2. Double dots on the back right ear

Date 1.8.1950.

Head Master.
MALABAR CHRISTIAN COLLEGE SCHOOL,
CALICUT.

7. Nature of the course .. .. .. Academic
8. School History — Name of school: MALABAR CHRISTIAN COLLEGE SCHOOL, CALICUT. Period of study: 1948-51 Form or Forms:

NOTE.—Erasures and unauthenticated or fraudulent alterations in the certificate will lead to its cancellation.

[PRICE; 7 annas.]

1950 കളിലെ എസ്.എസ്.എൽ.സി. ബുക്ക്. കേരള സംസ്ഥാന രൂപീകരണത്തിനു മുമ്പുള്ള എസ്.എസ്.എൽ.സി. ബുക്ക് മദ്രാസ് ഗവൺമെന്റിന്റേതായിരുന്നു.

മലബാർ ക്രിസ്ത്യൻ കോളേജ് ഹൈസ്കൂൾ ഉൾപ്പെടെയുള്ള ബാസൽ മിഷൻ സ്കൂളുകളിൽ പഠിപ്പിച്ചിരുന്ന ഗ്ലോബും, ഗ്ലോബ് സൂക്ഷിച്ചിരുന്ന പെട്ടിയുടെയും ചിത്രം.

'ഗ്ലോബസ്' എന്ന ലാറ്റിൻ വാക്കിൽ നിന്നാണ് 'ഗ്ലോബ്' എന്ന വാക്കിന്റെ ഉത്ഭവം. ഗ്രീക്ക് ഭൂമിശാസ്ത്രജ്ഞനായ സ്ട്രാബോവിന്റെ (ബി.സി.ഇ. 63-24 സി.ഇ.) രചനകളിൽ ഗ്ലോബുകളെക്കുറിച്ചുള്ള പരാമർശമുണ്ട്. ഇപ്പോൾ പ്രചാരത്തിലുള്ള ഗ്ലോബിന്റെ രൂപകൽപ്പന നിർവ്വഹിച്ചത് ജർമ്മൻ ഭൂമിശാസ്ത്രജ്ഞനായ മാർട്ടിൻ ബെഹെയിം ആണ്. (സി.ഇ. 1459-1507). സൗരയൂഥത്തിലെ ഭൂമി എന്ന ഗ്രഹത്തെ എളുപ്പത്തിൽ മനസ്സിലാക്കാനുള്ള മാധ്യമമായിരുന്നു ഗ്ലോബ്.

ഭാഗം 4

മലബാർ ക്രിസ്ത്യൻ കോളേജ്

സ്കൂളുകളുടെ ചരിത്രത്തിലേക്ക് വെളിച്ചം വീശുന്ന ഛായാചിത്രങ്ങൾ

പൂർവ്വകാല ഹെഡ് മാസ്റ്റർമാർ

ദിവാൻ ബഹദൂർ ജി.ടി. വർഗീസ്
ബി.എ. (1879-84)

റാവു സാഹിബ് സക്കറിയ ബി.എ.
(1886-98)

ശ്രീ. ടി. കൃഷ്ണക്കുറുപ്പ്
ബി.എ. (1898-1901)

ശ്രീ. പി. തര്യൻ
ബി.എ. (1901)

ശ്രീ. ജെ. കര്യൻ
ബി.എ. (1902-21)

ശ്രീ. പി.എ.സ്റ്റീഫൻ
ബി.എ. (1921-25)

ശ്രീ. ടി.ജെ. മുള്ളെ
ബി.എ., എൽ.ടി. (1925-28)

ശ്രീ. ജെ.എഫ്. തദേവൂസ്
ബി.എ. എൽ.ടി. (1928-40)

ശ്രീ. എൻ.എ.പിള്ള
ബി.എ., എൽ.ടി. (1940-41)

ശ്രീ. കെ.പി.വറീത്
ബി.എ., എൽ.ടി. (1941-57)

ശ്രീ. ഇ.ജെ. എഡോണ
ബി.എ., എൽ.ടി. (1957-63)

ശ്രീ. എഫ്.എസ്. നിക്കോളാസ്
ബി.എ., എൽ.ടി. (1963-72)

മലബാർ ക്രിസ്ത്യൻ കോളേജ് ഹൈസ്കൂൾ സ്റ്റാഫ് അംഗങ്ങൾ- 1898

മലബാർ ക്രിസ്ത്യൻ കോളേജ് ഹൈസ്കൂൾ സ്റ്റാഫ് അംഗങ്ങൾ- 1904

സ്കൂൾ പാർലമെന്ററി അംഗങ്ങളുടെ അഥവാ വിദ്യാർത്ഥി പ്രതിനിധികളും അദ്ധ്യാപക പ്രതിനിധികളും ഉൾപ്പെടുന്ന ഫോട്ടോ. ഇരിക്കുന്നവരിൽ വലത്തേ അറ്റത്ത് ശ്രീ. കെ.പി.വറീത്. വലത്തുനിന്ന് മൂന്നാമത് ശ്രീ ജെ.എസ്. തദേവൂസ്. (1951)

ദുരിതമുഖങ്ങളിലെ മനുഷ്യരെ സഹായിക്കാനായി 1919-ൽ സ്ഥാപിതമായ ഇന്റർനാഷണൽ ഫെഡറേഷൻ ഓഫ് റെഡ് ക്രോസ് ആന്റ് റെഡ് ക്രസന്റ് സൊസൈറ്റിക്ക് മലബാർ ക്രിസ്ത്യൻ കോളേജ് ഹൈസ്കൂളിൽ ഒരു ശാഖയുണ്ടായിരുന്നു. സ്കൂളിലെ റെഡ്ക്രോസ് വളണ്ടിയർമാരുടെ ഒരു പഴയകാല ഫോട്ടോ. (1945)

The School Basket Ball Team - - Winners of the District Schools' Basket Ball Tournament, North Malabar.

ഫുട്ബാൾ, ഹോക്കി എന്നീ കായികരൂപങ്ങൾക്കു പുറമെ ബാസ്കറ്റ് ബാളും ഏറെ ജനപ്രിയമായിരുന്നു. പിന്നീട് കോളേജിൽ ബാസ്കറ്റ്ബാൾ ടീം ഉണ്ടായെങ്കിലും സ്കൂളിൽ അതു നിലച്ചുപോയി. 1980 കളിലാണ് വീണ്ടും ബാസ്കറ്റ്ബാൾ ടീം സ്കൂളിൽ രൂപംകൊണ്ടത്. വറീദ്മാസ്റ്റർ ഹെഡ് മാസ്റ്ററായിരുന്ന കാലത്ത് ജില്ലാ ബാസ്കറ്റ്ബാൾ ടൂർണ്ണമെന്റിൽ വിജയിച്ച സ്കൂൾ ടീം.(1950)

മലബാർ ക്രിസ്ത്യൻ കോളേജ് ഹൈസ്കൂൾ ഫുട്ബാൾ ടീം (1980)

മലബാർ ക്രിസ്ത്യൻ കോളേജ് ഹൈസ്കൂൾ സ്റ്റാഫ് അംഗങ്ങൾ- 1973-74

മലബാർ ക്രിസ്ത്യൻ കോളേജ് ഹൈസ്കൂൾ (ഒരു ഫയൽ ഫോട്ടോ)

മലബാർ ക്രിസ്ത്യൻ കോളേജ് ഹൈസ്കൂളിന്റെ നൂറ്റി ഇരുപത്തഞ്ചാം വാർഷികത്തോട നുബന്ധിച്ച് 1974-ൽ പ്രസിദ്ധീകരിക്കപ്പെട്ട സുവനീറിന്റെ കവർ ചിത്രം

മലബാർ ക്രിസ്ത്യൻ കോളേജ്
ലോവർ പ്രൈമറി സ്കൂൾ

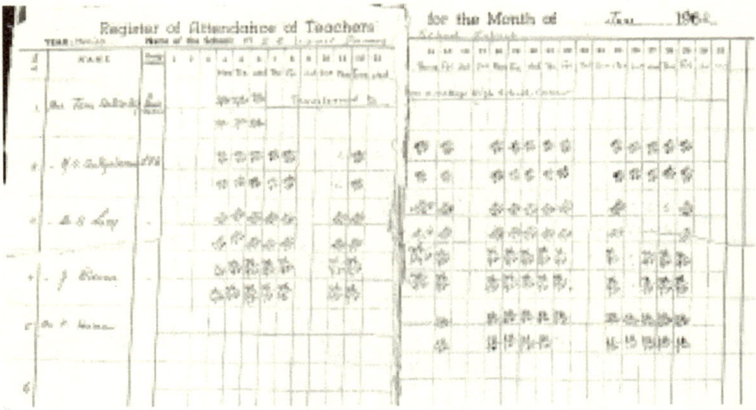

1960 ലാണ് മലബാർ ക്രിസ്ത്യൻ കോളേജ് എൽ.പി. സ്കൂൾ പ്രത്യേക വിഭാഗമായി പ്രവർത്തനമാരംഭിക്കുന്നത്. സ്കൂളിലെ അദ്ധ്യാപകരുടെ ഹാജർ പുസ്തകം, വർഷം 1962.

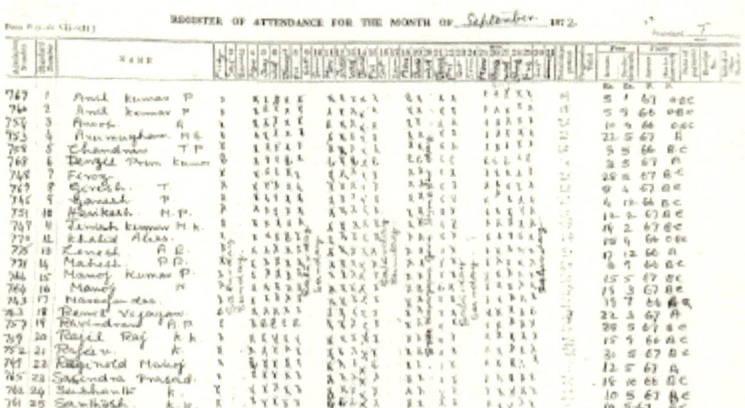

മലബാർ ക്രിസ്ത്യൻ കോളേജ് എൽ.പി. സ്കൂൾ വിദ്യാർത്ഥികളുടെ അഡ്മിഷൻ രജിസ്റ്റർ (1972)

മലബാർ ക്രിസ്ത്യൻ കോളേജ് എൽ.പി. സ്കൂൾ വിവിധ വർഷങ്ങളിലെ ക്ലാസ് ഫോട്ടോകൾ

വിദ്യാർത്ഥികൾ അദ്ധ്യാപിക ഐലിൻ ടീച്ചറോടൊപ്പം

അന്നത്തെ ക്ലാസ് ടീച്ചർ ശൈലജ വിദ്യാർത്ഥികളോടൊപ്പം

എം.സി.സി.യിൽ ഒരു സമരകാലത്ത്

വിദ്യാഭ്യാസ സ്ഥാപനങ്ങളുടെ, പ്രത്യേകിച്ച് സ്കൂളുകളുടെ ശാപമായിരുന്നു പലപ്പോഴും വിദ്യാർത്ഥി സമരങ്ങൾ. വിദ്യാർത്ഥി സമരങ്ങളെ രക്ഷിതാക്കളുടെ സഹായത്തോടെ ചെറുത്തുതോല്പിച്ചതിന്റെ ചരിത്രവും മലബാർ ക്രിസ്ത്യൻ കോളേജ് ഹൈസ്കൂളിന് പറയാനുണ്ട്. 1994 ജൂലൈ മാസത്തിൽ സംസ്ഥാനവ്യാപകമായി സ്കൂളുകളിലും കോളേജുകളിലും പഠിപ്പുമുടക്ക് നടക്കുന്ന സമയം. ഈ സമരങ്ങൾ സ്കൂളിലെ പാവപ്പെട്ട വിദ്യാർത്ഥികളുടെ അദ്ധ്യായനത്തെ ദോഷകരമായി ബാധിക്കുന്നു എന്നു മനസ്സിലാക്കിയ അന്നത്തെ ഹെഡ്മാസ്റ്റർ ശ്രീ. സി.സി. ലോന സമരത്തെ എങ്ങനെ നേരിടണം എന്ന വിഷയത്തെക്കുറിച്ച് പി.ടി.എ.യുമായി ചർച്ച നടത്തി. ചർച്ചക്കൊടുവിൽ സ്കൂളിൽ സമര അനുകൂല വിദ്യാർത്ഥികളെ നേരിടാൻ രക്ഷിതാക്കൾ ബാച്ച് ബാച്ചായി എത്താൻ തീരുമാനിച്ചു. അന്ന് പി.ടി.എ. പ്രസിഡന്റ് പരേതനായ സി.പ്രഭാകരനായിരുന്നു. രക്ഷിതാക്കൾ സ്കൂൾ തുറക്കുന്നതിന് മണിക്കൂറുകൾക്ക് മുമ്പ് സ്കൂളിൽ എത്തുകയും സ്കൂളിന്റെ വിവിധ ഭാഗങ്ങളിലുള്ള പ്രവേശന കവാടങ്ങളിൽ നിലയുറപ്പിക്കുകയും ചെയ്തു. സമരം ചെയ്യാൻ വന്ന വിദ്യാർത്ഥികളോട് ഞങ്ങളുടെ മക്കൾക്ക് സൈ്വര്യവും, സ്വസ്ഥവുമായ പഠനാന്തരീക്ഷം ഉണ്ടാവണമെന്നും സമരത്തിൽ നിന്നു പിന്മാറണമെന്നും ആവശ്യപ്പെട്ടു. അദ്ധ്യാപകരുടെയും രക്ഷിതാക്കളുടെയും ശക്തമായ പ്രതിരോധത്തെയും പ്രതിഷേധത്തെയും മറികടക്കാൻ സമരം ചെയ്യുന്ന വിദ്യാർത്ഥികൾക്ക് കഴിഞ്ഞില്ല. ഒടുവിൽ സ്കൂളിലെ അധ്യയനം പുനഃസ്ഥാപിക്കാൻ അദ്ധ്യാപകർക്കും രക്ഷിതാക്കൾക്കും സാധിച്ചു. ഈ സംഭവത്തിന് ഒരു വർഷം കഴിഞ്ഞിട്ടാണ് ഹൈസ്കൂളിൽ രാഷ്ട്രീയം നിരോധിച്ചുകൊണ്ടുള്ള ബഹു.കേരള ഹൈക്കോടതിയുടെ ഉത്തരവുണ്ടായത്. അതിന് കാരണമായത് രക്ഷിതാക്കളുടെയും, അവരുടെ സംഘടനയുടെയും ചെറുത്തുനിൽപ്പായിരുന്നു.

ഭാഗം 5
പ്രിയപ്പെട്ട ഗുരുനാഥന്മാർ

മലബാർ ക്രിസ്ത്യൻ കോളേജ് സ്കൂളുകളുടെ നാളിതേവരെയുള്ള പുരോഗതിക്കുവേണ്ടി അക്ഷീണം പ്രവർത്തിച്ചിട്ടുള്ള ഹെഡ് മാസ്റ്റർമാരും, സഹാദ്ധ്യാപകരും, അനദ്ധ്യാപക ജീവനക്കാരുമുണ്ട്. അവരുടെയെല്ലാം പേരുകൾ ഈ ഗ്രന്ഥത്തിൽ ഉൾക്കൊള്ളിക്കാൻ കഴിഞ്ഞിട്ടില്ലെന്ന് വ്യസനസമേതം പറഞ്ഞുകൊള്ളട്ടെ.

കെ.പി. വറീദ് ഒരു ഓർമ്മക്കുറിപ്പ്

അഡ്വ: വിക്ടർ ആന്റണി ന്യൂൺ*

ബി.എ.എൽ.എൽ.ബി., ബി.ഡി. (സെറാമ്പൂർ)

1896 ഏപ്രിൽ മാസം 29-ന് ചിറ്റാട്ടുകരയിൽ ജനിച്ച്, തന്റെ 85 ാം വയസ്സിൽ 10.05.1981-ൽ ഈ ലോകത്തോട് വിടപറഞ്ഞ വറീദ് മാസ്റ്റർ എല്ലാ അർത്ഥത്തിലും വ്യക്തി എന്നതിലുപരി ഒരു മഹൽ സ്ഥാപന മായിരുന്നു. ക്രിസ്തീയ വിശ്വാസത്തിലും മിഷനറിമാരുടെ സംരക്ഷണത്തിലും വളർന്ന വറീദ് മാസ്റ്റർ തന്റെ നിയോഗം അദ്ധ്യാപനമാണെന്ന് തിരിച്ചറിഞ്ഞ് ബി.എ.എൽ.ടി. ബിരുദം കഴിഞ്ഞ് ഒരു മാതൃകാദ്ധ്യാപകനായി ജീവിതം ആരംഭിച്ചു.

ഇദ്ദേഹത്തിന്റെ പ്രാഗൽഭ്യം കണക്കിലെടുത്ത് മിഷൻ സ്കൂൾ ഭാരവാഹികൾ 33-ാം വയസ്സിൽ തന്നെ ഇദ്ദേഹത്തെ പ്രധാനാദ്ധ്യാപകനായി നിയമിച്ചു. 1930 കളിൽ ഇദ്ദേഹം പാലക്കാട് മിഷൻ സ്കൂളിൽ (ബി.ഇ.എം. ഹൈസ്കൂൾ) പ്രധാന അദ്ധ്യാപകനായിരുന്നു. അവിടെ പ്രധാനാദ്ധ്യാപകനായിരിക്കെ തന്നെ 1940-ൽ പാലക്കാട് മുൻസിപ്പൽ ചെയർമാനായി വറീദ് മാസ്റ്റർ അവരോധിക്കപ്പെട്ടു. അവിടെയും പ്രതിഭാധനനായ വറീദ് മാസ്റ്റർക്ക് പ്രശസ്തമായ രീതിയിൽ തന്നെ സേവനം കാഴ്ച വെക്കാൻ കഴിഞ്ഞു എന്നത് തന്നിൽ അർപ്പിക്കപ്പെട്ട ഉത്തരവാദിത്വങ്ങൾ തൃപ്തികരമായി തന്നെ നിർവ്വഹിക്കാനുള്ള അദ്ദേഹത്തിന്റെ പ്രാഗൽഭ്യത്തിന് തെളിവാണ്.

* ഹൈക്കോടതി അഭിഭാഷകൻ, പത്രാധിപർ('വ്യവഹാരം'-ബഹുഭാഷ നിയമസാമൂഹ്യ മാസിക), എഴുത്തുകാരൻ

പാലക്കാട്ടെ സേവനത്തിന്റെ ഓർമ്മക്കായി അവിടുത്തെ ഒരു റോഡിന് 'വറീദ് റോഡ്' എന്ന പേരിട്ടു. അനേക വർഷത്തെ അദ്ധ്യാപന പാരമ്പര്യമുള്ള അദ്ദേഹമാണ് ഏറെ കാലം ഹൈസ്കൂൾ ക്ലാസുകളിലേക്കുള്ള പാഠപുസ്തകങ്ങൾ തയ്യാറാക്കിയിരുന്നത്. അന്നത്തെ ആനുകാലിക പ്രസിദ്ധീകരണങ്ങളിൽ ധാരാളം ലേഖനങ്ങൾ മാസ്റ്റർ എഴുതിയിരുന്നു.

ഒരു മികച്ച അദ്ധ്യാപകനായിരുന്ന വറീദ് മാസ്റ്റർ തന്റെ വിദ്യാർത്ഥികളുടെ പഠിപ്പിനൊപ്പം അവരുടെ ഭാവി കരുപിടിപ്പിക്കുന്നതിന് ഉതകുന്ന ഉപദേശങ്ങൾ നൽകി അവരെ ഉയരങ്ങളിൽ എത്തിക്കുന്ന കർമ്മങ്ങളിലും മുഴുകിയിരുന്നു.

വറീദ് മാസ്റ്ററുടെ വ്യക്തിത്വത്തിന്റേയും സ്വഭാവ വൈശിഷ്ട്യത്തിന്റെയും നിദർശനമാണ് ഇദ്ദേഹത്തെ 1958 ൽ എസ്.എസ്.എൽ.സി. പരീക്ഷയുടെ 'ചരിത്രപേപ്പർ' (ഒന്ന്) തയ്യാറാക്കാൻ പരീക്ഷാബോർഡ് അറിയിച്ചപ്പോൾ അദ്ദേഹം അത് വേണ്ടന്ന് പറഞ്ഞത്. അതിന് കാരണം അദ്ദേഹത്തിന്റെ മക്കൾ അന്ന് ഈ പരീക്ഷ എഴുതുന്നുണ്ടായിരുന്നു. വറീദ് ഈ കാരണം പറഞ്ഞുകൊണ്ട് തന്നെ ഈ ചുമതലയിൽ നിന്ന് ഒഴിവാക്കണമെന്ന് പറഞ്ഞെങ്കിലും പരീക്ഷാ ബോർഡ്, മാസ്റ്ററുടെ വ്യക്തിത്വത്തിലും, സത്യസന്ധതയിലും പൂർണ്ണവിശ്വാസമുണ്ടായിരുന്നതിനാൽ പരീക്ഷാ പേപ്പർ തയ്യാറാക്കുന്ന ചുമതല അദ്ദേഹത്തെ തന്നെ ഏൽപ്പിച്ചു.

നല്ലൊരു വായനക്കാരനും പുസ്തകപ്രേമിയും ഇംഗ്ലീഷ്-മലയാളം ഭാഷയിലും സാഹിത്യത്തിലും, ചരിത്രവിഷയങ്ങളിലും അഗാധപണ്ഡിതനും ആയിരുന്നു മാസ്റ്റർ. അദ്ധ്യാപകവൃത്തിയിൽ നിന്നും മാസ്റ്റർ പിരിയുന്നത് 1956 ലാണ്.

വറീദ് മാസ്റ്ററെ ഭാവിതലമുറ ഓർമ്മിക്കുക അദ്ദേഹം രചിച്ച 'ഡോ: ഹെർമ്മൻ ഗുണ്ടർട്ടിന്റെ ജീവചരിത്രം' മൂലമായിരിക്കും. ഈ ഗവേഷണ ഗ്രന്ഥം പ്രസിദ്ധീകരിച്ചത് 'സാഹിത്യപ്രവർത്തക സഹകരണ സംഘമായിരുന്നു'. 1973 നവംബർ 22 ന് കെ.പി. കേശവമേനോൻ, ഈ എം.ജെ.വെണ്ണിയൂരിന് ഒരു കോപ്പി നൽകി പ്രസാധനം നടത്തുകയാണുണ്ടായത്. നിരൂപക സമ്രാട്ട് സുകുമാർ അഴീക്കോട് ഈ ഗ്രന്ഥത്തെ പ്രശംസിച്ചത് ഇപ്രകാരമാണ്: 'ഈ ഗ്രന്ഥത്തെ തൊടുന്നയാൾ ഒരു മനുഷ്യനെ തൊടുന്നു.'

ശ്രീ. കെ.പി.വറീദ് മാസ്റ്റർ എഴുതിയ ഡോ. ഹെർമൻ ഗുണ്ടർട്ടിന്റെ ജീവചരിത്രം ആദ്യം പ്രസിദ്ധീകരിച്ച എൻ.ബി.എസ്. തന്നെ വീണ്ടും പ്രസിദ്ധീകരിച്ചിരിക്കുന്നു. ഏറെ നാളായി ലഭ്യമല്ലാതിരുന്ന ഈ പുസ്തകം

പ്രസിദ്ധീകരിക്കുന്നത് നവോത്ഥാനത്തെപ്പറ്റി ചർച്ച നടക്കുന്ന ഇന്നത്തെ കാലത്ത് ഏറെ പ്രസക്തമാണ്. ഈ ഗ്രന്ഥം വീണ്ടും പ്രസിദ്ധീകരിക്കുമ്പോൾ സ്വാഭാവികമായും ഒരു ചോദ്യം ഉയർന്നുവരാം- ഈ ഗ്രന്ഥത്തിന്റെ ഇന്നത്തെ പ്രസക്തി എന്ത് എന്ന്. വറീദ് മാസ്റ്ററുടെ പുസ്തകത്തിലൂടെ സഞ്ചരിച്ചാൽ നമുക്കത് മനസ്സിലാകും. സാധാരണ ഒരു ജീവചരിത്രത്തെപ്പോലെ ജീവിച്ചുതീർത്ത വർഷങ്ങളെ അടയാളപ്പെടുത്തുക മാത്രമല്ല ഗ്രന്ഥകാരൻ ചെയ്യുന്നത്. മറിച്ച്, മൂന്നു ഭാഗങ്ങളായി തിരിച്ച് 'ഗുണ്ടർട്ടിന്റെ ജീവചരിത്രവും, മിഷനറി പ്രവർത്തനവും' എന്ന ഒന്നാം ഭാഗം, 'ഗുണ്ടർട്ടിന്റെ സാഹിത്യകൃതികൾ' എന്ന രണ്ടാം ഭാഗം, ഗുണ്ടർട്ട് പ്രവർത്തിച്ച ബാസൽ മിഷൻ സംഘത്തിന്റെ മലബാറിലെ സഭയുടെയും 'സംക്ഷിപ്തചരിത്രം' എന്ന മൂന്നാം ഭാഗവും ഈ രീതിയിൽ അദ്ദേഹം പ്രവർത്തിച്ച മിഷൻ സംഘത്തിന്റെ, സഭയുടെ ചരിത്രമെല്ലാം ഒരു കൈപ്പുസ്തകത്തിൽ ഒതുക്കി രചിച്ചിരിക്കുന്നു.

'1831 ൽ തുടങ്ങി 1835 വരെ (ട്യൂബിങ്ങൻ സർവ്വകലാശാല വിടുന്നതുവരെ) ഹെർമന്റെ മനസ്സ് പലതരം ആശയങ്ങളുടെ യുദ്ധക്കളമായിരുന്നു. ജർമ്മനിയിൽ പല പണ്ഡിതന്മാരും നവീന സിദ്ധാന്തങ്ങളെ പ്രകടിപ്പിച്ചിരുന്ന കാലമായിരുന്നു അത്. കലാശാലയിലെ ഒരു പ്രൊഫസറായ ഡോ. സ്ട്രൗസ് (Dr. Strauss) ക്രിസ്തുമതത്തിന്റെ ഉത്ഭവത്തെയും ഉദ്ദേശങ്ങളെയും ചോദ്യം ചെയ്ത ഒരാളാണ്. അദ്ദേഹത്തിന് കലാശാലയിലെ വിദ്യാർത്ഥികളുടെമേൽ വലിയ സ്വാധീനമുണ്ടായിരുന്നു. സുപ്രസിദ്ധ ജർമ്മൻ സാഹിത്യകാരന്മാരായ ഹെഗൽ, ഗീഥെ എന്നിവരുടെ പദ്യങ്ങളും, പ്രബന്ധങ്ങളും ഗുണ്ടർട്ടിനെ ആകർഷിച്ചു. ഭക്തരായ മാതാപിതാക്കളുടെ നിരന്തരമായ പ്രാർത്ഥനയും, തുടരെത്തുടരെയുള്ള കത്തുകളുമാണ് അദ്ദേഹത്തെ നാസ്തികത്വത്തിൽ നിന്നും രക്ഷിച്ചത്. പ്രിയ സഹോദരിയുടെ മരണവും, ക്രിസ്ത്യാനികൾ പാവനമായി വിചാരിക്കുന്ന ഒ ന്നാമത്തെ 'തിരുവത്താഴവും' ഹെർമനെ സാക്ഷാൽ ക്രിസ്തുവിശ്വാസിയാക്കിത്തീർത്തില്ല. 1835-ൽ വൈദിക പരിശീലനം ഏകദേശം അവസാനിച്ചു. അതോടെ അദ്ദേഹം 'തത്വശാസ്ത്രത്തിലും' 'ഭാഷാശാസ്ത്രത്തിലും' ഡോക്ടർ ബിരുദം നേടി.'

(വറീദ് മാസ്റ്ററുടെ ഹെർമൻ ഗുണ്ടർട്ട് എന്ന ഗ്രന്ഥത്തിൽ നിന്ന്- പേജ് 18)

ഏണസ്റ്റ് ജോസഫ് എഡോണ

മലബാർ ക്രിസ്ത്യൻ കോളേജ് ഹൈസ്കൂളിന്റെ ചരിത്രത്തിലെ ഏറ്റവും പ്രശസ്തനായ ഹെഡ് മാസ്റ്റർമാരിൽ ഒരാളായിരുന്നു ഏണസ്റ്റ് ജോസഫ് എഡോണ എന്ന എഡോണ മാസ്റ്റർ. 1903 ജൂൺ ഏഴാം തിയ്യതി കണ്ണൂർ ജില്ലയിലെ തളാപ്പിൽ ആണ് മാസ്റ്ററുടെ ജനനം. പിതാവ് നാത്തനിയേൽ പൊയ്യയിൽ, മാതാവ് മാർത്ത. തലശ്ശേരി ബ്രണ്ണൻ കോളേജിലും, മംഗലാപുരം സെന്റ് അലോഷ്യസ് കോളേജിലുമായിരുന്നു എഡോണ മാസ്റ്ററുടെ കോളേജ് വിദ്യാഭ്യാസം. അതിനുശേഷം മലബാർ ക്രിസ്ത്യൻ കോളേജിൽ ജൂനിയർ ലക്ചററായി പ്രവർത്തിച്ചു. പിന്നീട് അദ്ദേഹം വടകര ബി.ഇ.എം. സ്കൂളിന്റെ ഹെഡ് മാസ്റ്ററായി നിയമിക്കപ്പെട്ടു. 1944 മുതൽ 1959 വരെ ബി.ഇ.എം. സ്കൂളിന്റെ ഹെഡ് മാസ്റ്ററായിരുന്നു. വീട്ടുവീടാന്തരം കയറിയിറങ്ങി പെൺകുട്ടികളെ സ്കൂളിലേക്ക് അയക്കണമെന്ന് അദ്ദേഹം രക്ഷിതാക്കളോട് അഭ്യർത്ഥിച്ചു. അദ്ദേഹത്തിന്റെ അഭ്യർത്ഥന മാനിച്ച് പഠിക്കാനായി പിന്നോക്ക കുടുംബങ്ങളിലെ രക്ഷിതാക്കൾ തങ്ങളുടെ പെൺമക്കളെ വടകര ബി.ഇ.എമ്മിലേക്ക് പറഞ്ഞയച്ചു. സ്ത്രീ വിദ്യാഭ്യാസത്തിന് അദ്ദേഹം നൽകിയ പങ്ക് പ്രശംസനീയമാണ്.

1957 മുതൽ 1963 വരെ അദ്ദേഹം മലബാർ ക്രിസ്ത്യൻ കോളേജ് ഹൈസ്കൂളിന്റെ ഹെഡ് മാസ്റ്ററായിരുന്നു. അദ്ധ്യാപകർക്കിടയിലും വിദ്യാർത്ഥികൾക്കിടയിലും ഒരേപോലെ ജനപ്രിയനായിരുന്നു അദ്ദേഹം. ഹെഡ് മാസ്റ്ററായി വിരമിച്ചതിനുശേഷം മലബാറിലെ ബി.ഇ.എം.

സ്കൂളുകളുടെ മാനേജരായും അദ്ദേഹം സേവനമനുഷ്ഠിച്ചു. വിദ്യാഭ്യാസരംഗത്തെ പരിഷ്കാരങ്ങളെക്കുറിച്ച് അദ്ദേഹം നിരവധി ലേഖനങ്ങളും എഴുതിയിട്ടുണ്ട്. മികച്ചൊരു ഗവേഷകനായിരുന്ന അദ്ദേഹം മലബാറിലെ പ്രൊട്ടസ്റ്റന്റ് ക്രിസ്ത്യാനികളുടെ സാമ്പത്തിക ചരിത്രത്തെക്കുറിച്ച് ഒരു ഗ്രന്ഥവും രചിച്ചിട്ടുണ്ട്. 1980-ൽ തന്റെ 78-ാമത്തെ വയസ്സിൽ ഹൃദയസ്തംഭനത്തെ തുടർന്ന് അദ്ദേഹം നിര്യാതനായി.

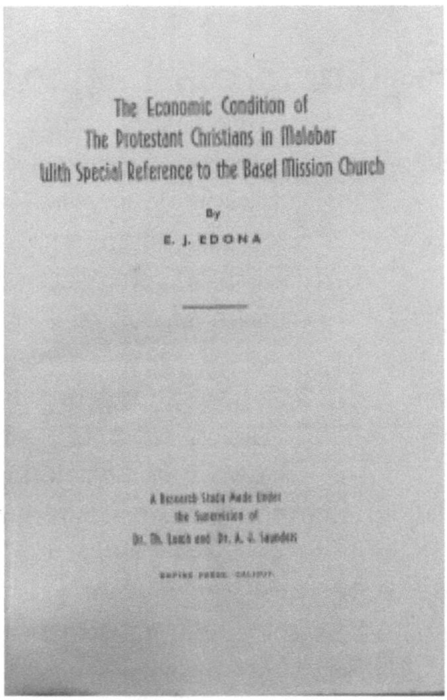

എഫ്.എസ്. നിക്കോളാസ് മാസ്റ്റർ

കേരളത്തിലെ നമ്പൂതിരി സമുദായത്തിൽ നിലനിന്നിരുന്ന വൈവാഹിക നിയമങ്ങളെ വെല്ലുവിളിച്ചു കൊണ്ട് തൃശ്ശൂരിലെ കൂർക്കഞ്ചേരിയിൽ നിന്ന് ബാസൽമിഷൻ മിഷനറിമാരുടെ നിർദ്ദേശമനുസരിച്ച് ക്രിസ്തുമതം സ്വീകരിച്ച നീലകണ്ഠൻ, വസിഷ്ഠൻ എന്നീ സഹോദരന്മാർ മഞ്ചേരിയിൽ താമസമാരംഭിക്കുകയും നിക്കളസ് എന്ന നാമം സ്വീകരിക്കുകയും ചെയ്തു. നീലകണ്ഠന്റെ പന്ത്രണ്ടു മക്കളിൽ ഒരാളായ ജോനാഥൻ നിക്കളസിന്റെ പുത്രനായി 1912-ൽ ഫ്രെഡറിക് നിക്കളസ് ഭൂജാതനായി. കാർഷികവൃത്തിയോടൊപ്പം മലബാറിൽ ട്രാൻസ്പോർട്ട് വ്യവസായവുംആരംഭിച്ച നിക്കളസ് സഹോദരന്മാരുടെ വ്യവസായ സംരംഭങ്ങളിൽ ആകൃഷ്ടനാകാതെ, മദ്രാസ് ക്രിസ്ത്യൻ കോളേജിൽ നിന്ന് ബിരുദം നേടിയ ശേഷം കോഴിക്കോട് ബി.ഇ.എം. ഗേൾസ് ഹൈസ്കൂളിൽ ഹെഡ് മാസ്റ്ററായിരുന്ന പിതാവ് ജോനാഥൻ നിക്കളസിന്റെ പാത പിന്തുടർന്ന് എം.സി.സി. ഹൈസ്കൂളിൽ അദ്ധ്യാപകനായി ജോലിയിൽ പ്രവേശിച്ചു. കോയമ്പത്തൂരിൽ എൽ.ടി.ക്ക് പഠിക്കുമ്പോൾ തന്നെ മികച്ചൊരു വോളിബാൾ കളിക്കാരനായിരുന്നുവെങ്കിലും കളിക്കിടയിൽ കൈക്ക് പറ്റിയ ഗുരുതരമായ ഒരു പരിക്കിനെ തുടർന്ന് കളിക്കളത്തോട് വിടപറയേണ്ടിവന്നു. ഇംഗ്ലീഷ്, ജ്യോഗ്രഫി എന്നീ വിഷയങ്ങളായിരുന്നു അദ്ദേഹം പഠിപ്പിച്ചിരുന്നത്. മികച്ച ഒരു ഗായകനായിരുന്ന അദ്ദേഹം ബാസൽമിഷൻ പള്ളിയിലെ ഓർഗനിസ്റ്റ് ആയിരുന്നു മാതാവ് ക്രിസ്റ്റീന നിക്കളസിന്റെ ശിക്ഷണത്തിൽ പാശ്ചാത്യസംഗീതത്തിൽ അവഗാഹം നേടി. ഹെഡ് മാസ്റ്ററായതിനുശേഷം എം.സി.

സി. ഹൈസ്കൂളിൽ ഒരു ഗായകസംഘം രൂപീകരിച്ചു. സ്പോർട്സിലും കളികളിലും തല്പരനായിരുന്ന അദ്ദേഹം വിദ്യാർത്ഥികളെ എല്ലായ്പ്പോഴും പ്രചോദിപ്പിക്കാറുണ്ടായിരുന്നു. നിരവധി അന്തർദേശീയ, ദേശീയ ഫുട്ബാൾ താരങ്ങൾ അക്കാലത്ത് ഹൈസ്കൂളിൽ നിന്നും ഉയർന്നുവന്നു.

സി.സി.ലോന

1963-ൽ എംസിസി ഹൈസ്കൂളിൽ ജീവശാസ്ത്രത്തിൽ അധ്യാപകനായി പ്രവേശിച്ചു. 1980 മുതൽ 1996 വരെ പ്രധാന അധ്യാപകനായും പ്രവർത്തിച്ചു. ശ്രീ.സി സി ലോന മാസ്റ്ററുടെ കാലത്താണ് ചരിത്രപ്രസിദ്ധമായ രക്ഷിതാക്കളുടെയും അധ്യാപകരുടെയും നേതൃത്വത്തിൽ സ്കൂളിൽനിന്ന് സമരം മാറ്റിനിർത്തപ്പെട്ടത്. അദ്ദേഹത്തിന്റെ കാലഘട്ടത്തിൽ പുതിയ ക്ലാസ് മുറികൾ നിർമ്മിക്കപ്പെട്ടു. 1988 ലാണ് ഈ വിദ്യാലയത്തിൽ ആദ്യമായി ഇംഗ്ലീഷ് മീഡിയം ക്ലാസുകൾ ആരംഭിച്ചത്. ദീർഘകാലം ഹെഡ് മാസ്റ്ററായിരുന്നു.

അന്നമ്മ എം. തോമസ്

മലബാർ ക്രിസ്ത്യൻ കോളേജ് ഹൈസ്കൂൾ എന്ന ബോയ്സ് സ്കൂളിലെ ആദ്യത്തെ വനിതാ ഹെഡ്മിസ്ട്രസ്സാണ് ശ്രീമതി അന്നമ്മ എം.തോമസ്. അവരുടെ കാലഘട്ടത്തിലാണ് വിദ്യാലയത്തിന്റെ നൂറ്റമ്പതാം വാർഷികം ആഘോഷിച്ചത്.ആഘോഷത്തിന്റെ സ്മാരകമായി പുതിയ കെട്ടിട സമുച്ചയം നിർമ്മിക്കുകയും ഉദ്ഘാടനം ചെയ്യപ്പെടുകയും ചെയ്തു. ഇപ്പോൾ ഈ ബഹുനില കെട്ടിടം ഹയർസെക്കൻഡറി വിഭാഗമായി പ്രവർത്തിച്ചുവരുന്നു. 'ട്രിപ്പിൾ ഗോൾഡൻ ജൂബിലി ബിൽഡിംഗ്' എന്ന പേരിലാണ് ഈ കെട്ടിടം അറിയപ്പെടുന്നത്. 2000-ാമാണ്ടിൽ ഹയർസെക്കൻഡറി ആരംഭിക്കുന്ന അവസരത്തിൽ ശ്രീമതി അന്നമ്മ എം തോമസ് ഹയർ സെക്കൻഡറിലെ ആദ്യത്തെ പ്രിൻസിപ്പാൾ ആയും നിയമിക്കപ്പെട്ടു.

വി.പി.സനൽകുമാർ

ജനപ്രിയതയുടെ പര്യായമാണ് വി.പി.സനൽകുമാർ എന്ന സനൽ മാഷ്. 1969 മുതൽ 2002 വരെ മലബാർ ക്രിസ്ത്യൻ കോളേജ് ഹൈസ്കൂളിൽ അദ്ധ്യാപകനായും ഹയർ സെക്കൻഡറി പ്രിൻസിപ്പളായും സേവനമനുഷ്ഠിച്ചു. ഇപ്പോഴും മലബാർ ക്രിസ്ത്യൻ കോളേജ് ഹൈസ്കൂളിന്റെ നെടുംതൂണാണ്. സ്കൂളിലെ പൂർവ്വ വിദ്യാർത്ഥികളെ ഇപ്പോഴും സ്കൂളുമായി ബന്ധിപ്പിക്കുന്ന പ്രധാന കണ്ണിയാണ് ഈ അദ്ധ്യാപകൻ.,

ഗണിതശാസ്ത്രമാണ് സനൽ മാഷിന്റെ വിഷയമെങ്കിലും അദ്ദേഹത്തിന്റെ ജീവാത്മാവും പരമാത്മാവും ഫുട്ബാളാണ്. വിദ്യാർത്ഥി ജീവിതകാലത്ത് സെന്റ് ജോസഫ്സ് കോളേജ് ദേവഗിരിയുടെ ഫുട്ബാൾ ടീം ക്യാപ്റ്റനായിരുന്നു. കൂടാതെ കോട്ടൂളി ലീഡേഴ്സ് ക്ലബ്ബിനു വേണ്ടി വർഷങ്ങളോളം കെ.ഡി.എഫ്.എ എ ഡിവിഷൻ ഫുട്ബാൾ ടൂർണ്ണമെന്റിൽ കളിച്ചിട്ടുണ്ട്. സംസ്ഥാന ടൂർണ്ണമെന്റ് വിജയിച്ച അദ്ധ്യാപകരുടെ കോഴിക്കോട് ജില്ലാ ബാസ്ക്കറ്റ്ബാൾ ടീം ക്യാപ്റ്റനായിരുന്നു.

സ്കൂളിലെ ഫുട്ബാൾ ടീം ടൂർണ്ണമെന്റുകൾക്കായി വിവിധ സ്ഥലങ്ങളിൽ പോകുമ്പോൾ അവരുടെ സഹയാത്രികനും, കോച്ചും, മാർഗ്ഗദർശിയും എല്ലാം സനൽ മാഷായിരുന്നു. മലബാർ ക്രിസ്ത്യൻ കോളേജ് ഹൈസ്കൂളിനെ കോഴിക്കോട്ടെ പ്രധാന ഫുട്ബാൾ കേന്ദ്രമാക്കി മാറ്റുന്നതിൽ മാഷ് വഹിച്ച പങ്ക് വളരെ വലുതാണ്.

വിദ്വാൻ കെ.സി. പണിക്കർ

വടകര താലൂക്കിൽ എളമ്പിലാട് എന്ന സ്ഥലത്ത് 1919 ഏപ്രിൽ ഒന്നിന് ജനനം. വിദ്വാൻ കാവിൽ പി. രാമപണിക്കരുടെ കീഴിൽ സംസ്കൃത പഠനം. 1945-ൽ സംസ്കൃത വിദ്വാൻ പരീക്ഷ പാസ്സായി. പിന്നീട് മലബാർ ക്രിസ്ത്യൻ കോളേജ് ഹൈസ്കൂളിൽ ഭാഷാദ്ധ്യാപകനായി ജോലിയിൽ പ്രവേശിച്ചു. കേരള സർവ്വകലാശാലയിൽ നിന്നും ബി.എ. ഡിഗ്രി എടുത്തതിനുശേഷം 1963-ൽ ബി.എഡ്. ഡിഗ്രിയുമെടുത്തു. 1974-ൽ മലബാർ ക്രിസ്ത്യൻ കോളേജ് ഹൈസ്കൂളിൽ നിന്നും വിരമിച്ചു. ധർമ്മരക്ഷണം, ഭർത്തൃഹരിയുടെ നീതിശതകം എന്നീ ഗ്രന്ഥങ്ങളുടെ രചയിതാവാണ്.

അന്നക്കുട്ടി. പി. എം

1985 ഡിസംബറിൽ അരപ്പറ്റ സി.എം.എസ്. ഹൈസ്കൂളിൽ യു. പി. വിഭാഗം അധ്യാപികയായി. 1999-ൽ ഹൈസ്കൂളിൽ മലയാളം അദ്ധ്യാപികയായി സ്ഥാനക്കയറ്റം. 2006ജൂണിൽ കോഴിക്കോട് മലബാർ ക്രിസ്ത്യൻ കോളേജ് ഹൈസ്കൂളിലേക്ക് സ്ഥലം മാറ്റം.2017-ൽ വിരമിച്ചു.

പുസ്തകങ്ങൾ: ഇന്നലെകളിലൂടെ (2014), പോറ്റമ്മ (2015), കർഷക ജീവിതത്തിന്റെ കാണാപ്പുറങ്ങളിൽ (2020). കോഴിക്കോട് ആകാശവാണിയിൽ നിരവധി പ്രഭാഷണങ്ങൾ അവതരിപ്പിച്ചിട്ടുണ്ട്. കുട്ടികളുടെ പുസ്തകങ്ങളായ ഉമ്മിണി വല്യ ബഷീർ, കൂട്ട് എന്നിവയുടെ പ്രസിദ്ധീകരണത്തിൽ മുഖ്യ പങ്കു വഹിച്ചു.

ഐലിൻ ടീച്ചർ

ലോകവിജ്ഞാനം കൊച്ചുകുട്ടികൾക്കു മുന്നിൽ എത്തിക്കുന്നതിൽ വിദഗ്ധരായിരുന്നു മലബാർ ക്രിസ്ത്യൻ കോളേജ് എൽ.പി. സ്കൂളിലെ അധ്യാപകർ. ഐലിൻ ടീച്ചർ ഇതിനു നല്ല മാതൃകയായിരുന്നു. ഹാരപ്പൻ നാഗരികതയെക്കുറിച്ചും ചെറുശ്ശേരിയുടെ കൃഷ്ണഗാഥയെക്കുറിച്ചും വിദ്യാർത്ഥികൾ അറിഞ്ഞത് ഐലിൻ ടീച്ചറിലൂടെയായിരുന്നു. ഇന്ത്യൻ ചരിത്രപഠനത്തെ മാറ്റിമറിച്ച സംഭവമായിരുന്നു ഹാരപ്പൻ നാഗരികതയുടെ കണ്ടെത്തൽ. ഇന്ത്യൻ പുരാവസ്തു ഗവേഷകരായ ദയാ റാം സാഹ്നി 1920-ൽ ഹാരപ്പയിലും രാഖൽ ദാസ് ബാനർജി 1921-ൽ മോഹൻ ജദാരോവിലും പുരാവസ്തു ഖനനങ്ങൾ ആരംഭിച്ചു. 1924-ൽ അന്നത്തെ ആർക്കിയോളജിക്കൽ സർവ്വേ ഓഫ് ഇന്ത്യയുടെ ഡയറക്ടർ ജനറലായ സർ ജോൺ മാർഷൽ ഹാരപ്പൻ നാഗരികതയുടെ തെളിവുകൾ കണ്ടെത്തിയതായി ഔദ്യോഗികമായി അറിയിച്ചു. അന്നുമുതൽ ഇന്നുവരെ ലോകമെമ്പാടുമുള്ള ഗവേഷകരെ ആകർഷിച്ച വിഷയം ഹാരപ്പൻ നാഗരികതയാണ്. ഹാരപ്പൻ സംസ്കാരത്തിന്റെ സവിശേഷതകളായ അഴുക്കുചാൽ പദ്ധതി, ധാന്യപ്പുരകൾ, മേൽപ്പട്ടണം ഇവയെക്കുറിച്ചൊക്കെ എൽ.പി സ്കൂളിലെ കുരുന്നുകൾക്കു മുന്നിൽ മനോഹരമായി അവതരിപ്പിച്ചത് ഐലിൻ ടീച്ചറായിരുന്നു. ഹാരപ്പൻ ജനതയുടെ ശുചിത്വബോധത്തെക്കുറിച്ച് ആദ്യമായി അറിവു നൽകിയ അധ്യാപികയായിരുന്നു അവർ. കൃഷ്ണഗാഥ നന്നായി ചൊല്ലിക്കേൾപ്പിക്കുന്നതിലും ഐലിൻ ടീച്ചർക്ക് കഴിവുണ്ടായിരുന്നു. ‘അമ്മയ്ക്കു നൽകുവാൻ ചെമ്മുള്ള ചേലകൾ നന്ദൻ തൻ കൈയിലേ നൽകിച്ചൊന്നാൻ....’ വർഷങ്ങൾ ഏറെ കഴിഞ്ഞെങ്കിലും

ചെറുശ്ശേരിയുടെ ഈ വരികൾ ഐലിൻ ടീച്ചറിന്റെ ഓർമ്മകളിലൂടെ വിദ്യാർത്ഥികളുടെ മനസ്സിൽ ഇപ്പോഴും തങ്ങിനിൽക്കുന്നു.

ഡെൻസിൽ ജോൺ

മലബാർ ക്രിസ്ത്യൻ കോളേജിലെ ചിത്രകലാദ്ധ്യാപകൻ. 1983-ൽ കോഴിക്കോട് ബി.ഇ.എം. ഗേൾസ് സ്കൂളിൽ അദ്ധ്യാപക ജീവിതത്തിന് തുടക്കം കുറിച്ചു. 2005 മുതൽ 2017 വരെ മലബാർ ക്രിസ്ത്യൻ കോളേജിൽ പ്രവർത്തിച്ചു. അദ്ദേഹത്തിന്റെ ചിത്രങ്ങൾ ചിത്രകലാസ്വാദകരുടെ പ്രശംസ പിടിച്ചു പറ്റിയിട്ടുണ്ട്. മികച്ച സംഘാടകനുമാണ്. മലബാറിലെ ബാസൽ മിഷൻ പ്രവർത്തനങ്ങളുടെ 175-ാം വാർഷികത്തോടനുബന്ധിച്ച് മലബാർ ക്രിസ്ത്യൻ കോളേജ് ഹൈസ്കൂളിന്റെ മുൻഭാഗത്ത് ഡോ. റവ. ഹെർമൻ ഗുണ്ടർട്ടിന്റെ പ്രതിമ സ്ഥാപിക്കുന്നതിൽ പ്രധാന പങ്കു വഹിച്ച വ്യക്തിയാണ് ഡെൻസിൽ മാസ്റ്റർ.

വാസുദേവൻ ചെത്തിൽ

1981-ൽ എം.സി.സി യിൽ ചേർന്നു. ചിത്രകലാ അദ്ധ്യാപകനായി തുടങ്ങി, വിരമിച്ചത് ചരിത്രാദ്ധ്യാപകനായിട്ട്. 2009 മാർച്ചിൽ വിരമിച്ച ശേഷം 2013-ൽ ഇരിങ്ങൽ സർഗാലയ ആർട് ആന്റ് ക്രാഫ്റ്റ് വില്ലേജിൽ ചേർന്നു. ഇവിടെ വാസൻ പിക്റ്റർ ക്രാഫ്റ്റ് എന്ന പേരിൽ സ്ഥാപനം നടത്തി വരികയാണിപ്പോൾ. ചിത്രകലയുടെ സാങ്കേതിക വശങ്ങളിലും, മെറ്റൽ എൻഗ്രേവിംഗിലും പരിശീലനം നൽകി വരുന്നു. സർഗാലയയിലെ പ്രവർത്തനം പരിഗണിച്ച് രണ്ട് സംസ്ഥാന അവാർഡ് ലഭിച്ചിട്ടുണ്ട്. 'ഗാന്ധിജിയുടെ ദണ്ഡി യാത്ര' എന്ന മെറ്റൽ എൻഗ്രേവിംഗ് ചിത്രത്തിന് 'ഗ്രാന്റ് കേരള ടൂറിസം ക്രാഫ്റ്റ് അവാർഡ്'(2016) 'സീതാപഹരണം' എന്ന കോപ്പർപ്ലേറ്റ് ചിത്രത്തിന് കേരള വ്യവസായ വാണിജ്യ വകുപ്പിന്റെ സംസ്ഥാന മെരിറ്റ് അവാർഡും 2021 ൽ ലഭിച്ചിട്ടുണ്ട് .

ഭാഗം 6
ഒരുവട്ടം കൂടിയെൻ...

തിരിഞ്ഞു നോക്കുമ്പോൾ*

സി. മാനുവേൽ**

1936 ആഗസ്റ്റ് മാസത്തിൽ അന്നത്തെ പ്രിൻസിപ്പാൾ ആയിരുന്ന മെൽസർ സായ്പാണ് എന്നെ സ്കൂളിൽ ഒരു പ്യൂണായി നിശ്ചയിച്ചതു. ഹെഡ് മാസ്റ്റർ ശ്രീ. ജെ. എഫ്. തഡയസ്സായിരുന്നു. അദ്ദേഹത്തിന്റെ കീഴിൽ 5 കൊല്ലം പ്രവൃത്തിയെടുത്തു. മെൽസർ സായ്പ് 2 കൊല്ലത്തിനുശേഷം ജർമ്മനിയിലേക്ക് മടങ്ങിപ്പോവുകയും പകരം ഡോ. ലോർഷ് പ്രിൻസിപ്പാളായി വരികയും ചെയ്തു. അദ്ദേഹം വന്നതിനുശേഷം കോളേജിനും ഹൈസ്കൂളിനും പല പരിഷ്കാരങ്ങളും വരുത്തി. കോളേജിന്റെ മുൻഭാഗത്തെ ഗെയിറ്റിന്നടുത്തു ഒരു കാവൽപ്പുരയും സൈക്കിൾസ്റ്റാന്റും ഉണ്ടാക്കുകയും കോളേജിന്റേയും ഹൈസ്കൂളിന്റേയും ആവശ്യത്തിനായി ഒരു കാന്റീൻ തുടങ്ങുകയും ചെയ്തു. സാധു വിദ്യാർത്ഥികൾക്ക് അദ്ദേഹം പാലും മറ്റും സൗജന്യമായി കൊടുത്തിരുന്നു. രണ്ടാം ലോകമഹായുദ്ധം തുടങ്ങിയപ്പോൾ 1941-ൽ ലോർഷ് സായ്പിനെ ബ്രിട്ടീഷ് ഗവർമെണ്ട് അറസ്റ്റ് ചെയ്തു കൊണ്ടുപോയി. അന്നത്തെ ഹെഡ് മാസ്റ്ററായ ശ്രീ. ജെ. എഫ്. തഡയസ്സിനെ തല്ക്കാലം പ്രിൻസിപ്പാളായും ഹൈസ്കൂൾ അസിസ്റ്റന്റ് എൻ. അപ്പുപ്പിള്ള മാസ്റ്ററെ ഹെഡ് മാസ്റ്ററായും മാനേജ്മെന്റ് നിശ്ചയിച്ചു. 1942-ൽ പാലക്കാട്ട് ബി. ഇ. എം. ഹൈസ്കൂൾ ഹെഡ് മാസ്റ്ററായിരുന്ന ശ്രീ. കെ. പി. വറീദ് മാസ്റ്ററെ ക്രിസ്ത്യൻ കോളേജ് ഹൈസ്കൂൾ ഹെഡ് മാസ്റ്ററായി നിയമിച്ചു.

* അവലംബം: മലബാർ ക്രിസ്ത്യൻ കോളേജ് ഹൈസ്കൂൾ 125-ാം വാർഷിക സുവനീർ.

** 1936 മുതൽ 1974 വരെ മലബാർ ക്രിസ്ത്യൻ കോളേജ് ഹൈസ്കൂളിൽ അനദ്ധ്യാപക ജീവനക്കാരനായിരുന്ന സി.മാനുവേൽ വിരമിക്കുന്ന വേളയിൽ എഴുതിയ ഓർമ്മക്കുറിപ്പ്.

വറീദ് മാസ്റ്റർ വന്നതിനുശേഷം ഹൈസ്കൂളിനും ഒരു ഉണർവുണ്ടായി. അവനവന്റെ പ്രവൃത്തി കൃത്യമായി ചെയ്യണം എന്ന ഒരു കണിശക്കാരനായിരുന്നു അദ്ദേഹം. പ്രവൃത്തി എടുക്കുന്നവരെ അഭിനന്ദിക്കുവാനും മടിയന്മാരെ മുഖത്തുനോക്കി ചീത്ത പറയാനും അദ്ദേഹം മടിച്ചിരുന്നില്ല. അന്നു സ്കൂളിലെ ശിപായിമാർക്ക് ശമ്പളമല്ലാതെ മറ്റൊന്നും ഉണ്ടായിരുന്നില്ല. വറീദ് മാസ്റ്റർ ഇക്കാര്യം മാനേജ്മെന്റ് കമ്മിറ്റിയിൽ വെക്കുകയും അതുവഴി ഞങ്ങൾക്കു പ്രോവിഡന്റ് ഫണ്ട് ഏർപ്പാടുചെയ്യുകയും ചെയ്തു.

1957 ജൂൺമാസം വടകര ബി.ഇ.എം. ഹൈസ്കൂളിൽനിന്നു ശ്രീ. ഇ. ജെ. എഡോണ ഇവിടേക്കു ഹെഡ് മാസ്റ്ററായി വന്നു. 1963-ലാണ് അദ്ദേഹം പിരിഞ്ഞത്. ശാന്തതയുടെ പര്യായമായ അദ്ദേഹത്തിൽ നിന്നു നന്മയല്ലാതെ മറ്റൊന്നും ആർക്കും ഉണ്ടായിട്ടില്ലെന്നും സധൈര്യം പറയാം. നീതിപൂർവ്വം പ്രവർത്തിക്കുന്നതിൽ വളരെ നിർബ്ബന്ധമുള്ള ആളാണ് അദ്ദേഹം. എഡോണമാസ്റ്റർ പിരിഞ്ഞതിനുശേഷം വടകര ബി. ഇ. എം. ഹൈസ്കൂളിൽനിന്നു ശ്രീ. എഫ്. നിക്കളോസ് ഇവിടേക്കു ഹെഡ് മാസ്റ്ററായി വന്നു. 1972 വരെ അദ്ദേഹം ഇവിടെ സേവനം അനുഷ്ഠിച്ചു.

സ്കൂൾ വളപ്പിലെ നവീകരിച്ച ബംഗ്ലാവ്

My memoirs of MCC as a teacher

Vijayakumari Esmeralda Kallan*

When I walk down the memory lane to the year 1969, I find myself as a 21-year-old novice about to enter the world of knowledge, not as a student, but as a teacher of countless young souls. My memories of the 35 years I spent as a teacher at Malabar Christian College High School have their highs and lows. I prefer to dwell on the halcyon ones for they are countless.

My first glimpse of the school came on June 2, 1969, when I went there with my brother to join as a teacher. Late Mr F S Nicholas was the headmaster then. I remember him as a quiet and pious person who taught children English and Social Studies. Mr Nicholas was one of those rare persons with six fingers on his right hand. Every time he held up his hand to tell students about "five points", they would immediately correct him, "Sir, you mean six points!"

It was with mixed feelings that I beheld my first place of work. With a nervous smile and expectant eyes I stood there, a bit hesitant to enter the world of towering students

* Former teacher of Malabar Christian College High School.

and stalwart colleagues with towering reputations.

Mr Nicholas, I have to say, was not thrilled about my joining there as a teacher. My age and gender were the prime reasons. He could not see someone as young as me handling a classful of students who were almost of my age.

But our school manager, Mrs VG Lancelot Thomas, the first woman principal of Malabar Christian College, stood firm in her decision to appoint me as a teacher at the high school. A trail blazer in her own right, she did not consider my gender or my age as "shortcomings" to being a teacher. In the years to come, I would prove her right.

Even so, being a young teacher in a school with over 1,500 students on its rolls was a daunting task. But students have a way of leaving their indelible mark on you, some more than the others. I remember from those days the school leader, the late Vijayaraghavan, a great sportsperson and good student. Then there was Sajan Sukumaran, a student who loved to dabble in arts, and eminent sportsman Mohd Shaffi, who was a delight to watch on the track and field.

As my colleagues, I had four other women teachers in the upper primary section – there were none in the high school section. Of them, one was a teacher who had taught me in class 2, Mrs Mary Itty, fondly called Shantha teacher. The others were Damayanthi Chalat, Beatrice Jones, PG Susheela, and M Subhadra. Of that early bunch, only I and Mrs Subhadra remain today. They were friends and guides in the truest sense and helped a 21-year-old find her footing and her voice in an environment dominated by men.

The men who led MCC back then were stalwarts in their own right. They included Vishwanath Iyer and Aravindaksha Kurup who taught Physics; Rajendran Zacharias and K Itty John who taught English and Social Science and Mr Frank Wesley who made numbers come alive for children.

Then there was triumvirate of Shri Chappa Panicker, PP Unni,

Govindan Ezhuthachan whose in depth knowledge and handling of Malayalam held students in awe.

Then we had our own living encyclopaedia, KN Ramakrishnan, who would teach children with the textbook closed; for each comma and full stop were etched in his brain. Ask him of anything happening in any part of the world and he would be quick to enlighten you. A bibliophile and erudite man whose love for knowledge was always a thing of wonder to me.

To say that both the students and teachers overwhelmed me in those initial days would not be an exaggeration.

It was with trepidation and nervous, shaking hands that I entered my first classroom. It was a class of 52 boys, all excited to have a woman teacher. That day, I learned a life lesson. That no matter how troubled or nervous you are, a roomful of children, especially mischievous boys, could soon put you at ease. Their comforting company, over the years, helped me weather many a personal storm. Every time I enter a classroom, even today, I feel a sense of peace and contentment settle on me. My every interaction with students, both inside and outside of the classroom, left me with a smile on my face.

All said, handling mischievous boys is no easy task. The only compensation was the love they unstintingly showered on you. I remember taking students on a protest march during the 1971 Indo-Pak War that led to the creation of a separate nation state of Bangladesh. Students from all the schools in the district took part in the march, along with teachers. In the scorching sun, we marched from our school till Mananchira, and were dehydrated by the time we reached there. The senior students came to our aid and brought us water and refreshments. We were very grateful for their love and care. It were instances like these that made my teaching career worthwhile and gratifying.

Days have a way of passing by when we least notice. When they turned into weeks and weeks into months and months into years, I do not know. When the 21-year-old nervous novice became a seasoned teacher of 55, ready to retire, I do not know.

All I know is that the sprawling school in the middle of the city pulled me into its bosom, embraced me tightly and made me march happily to the rhythms of the assembly and the bells that intoned the end of each period and the beginning of a new one.

Between lessons, we found time for the extra curricular too. Some of the best times I spent with students involved training them for elocution and quiz competitions, and accompanying them for the revenue district level competitions.

Today, those young innocent boys are spread across all spheres of life, from working as scientists at Nasa and engineers at Infosys to selling fish at the nearby market and driving an auto-rickshaw. But the factor that unifies us all is that we got to spend some memorable days at MCC, learning and living, giving and receiving, sharing and caring for each other.

In 2018, I went to the engagement ceremony of a colleague's daughter. There I met students from the 1970s and the early 80s.

To say that it was a blessing would be an understatement. After nearly 48 years, I met students who had gone on to become state and international level football players. Narayanan had retired from Cochin Port Trust; Basheer was working in the Gulf; and Premnath Philips, the East Bengal captain of the 70s. Missing from the group was Najeeb and Jabbar. I was on the verge of tears when they came running to me. Despite the years that passed, they were still the exuberant bunch from all those years ago. I suddenly realised that I wouldn't have recognised them if I were to meet them alone – the years had transformed them to fathers and grandfathers. For a teacher, there is no greater treasure or gift than the love that her students hold for her that transcends time.

It is my fervent wish that MCC continues to be a campus of learning and camaraderie for many more years to come. That it embraces and nurtures countless generations of students and teachers to come.

Thank You, My Dear Alma Mater

Justice Basant R.*

Even today I remember that first day clearly. It was some day in June 1957. I entered the MCC campus on that day to commence my thirteen years long stint there. The college and the high school were all in the same common campus. I was in standard three at that time. I had started my schooling at a nearby Girls High School in standard one. My aunt and my sister were students there. Then that school used to tolerate boys till the 5th standard or so. When I completed the 2nd standard they suddenly changed their policy. Enough was enough with the boys. No boys there after the second standard. TCs were issued to all boys who had completed the second standard. My parents started running helter-skelter. Ultimately they secured admission for me in Class 3 of Malabar Christian College High School as the 51st student in the class, obviously

---

* 1973-ൽ അഭിഭാഷക ജീവിതം ആരംഭിച്ചു. 1988-ൽ ഡിസ്ട്രിക്ട് ആന്റ് സെഷൻസ് ജഡ്ജിയായി നിയമിക്കപ്പെട്ടു. 2002-ൽ കേരള ഹൈക്കോടതിയിൽ അഡീഷണൽ ജഡ്ജിയായി നിയമനം. 2004-ൽ കേരള ഹൈക്കോടതിയിൽ പെർമനന്റ് ജഡ്ജിയായി നിയമിക്കപ്പെട്ടു. 2012-ൽ വിരമിച്ചു. (ഇപ്പോൾ സുപ്രീം കോടതിയിൽ സീനിയർ അഭിഭാഷകനായി പ്രവർത്തിച്ചുവരുന്നു.)

making use of whatever influence they had.

I was in the headmasters' room with my father. Edona master was the newly appointed headmaster in 1957. The legendary Varid master, the former headmaster, had already retired. Classes had already started. So after admission, Sir said you can go to the class now. I was taken to the class. As I had to meet the headmaster, my parents wanted me to be impeccably dressed with a tucked-in shirt and shorts as also with socks and shoes with my hat on - remember it was the first decade after independence. English dressing habits were still in currency then.

I had the nightmare of an experience. At my previous school, each student had a desk & seat. Here there were no such facilities. The class looked so full and overcrowded. They were all certainly ill clad, very poor clothing. The end occupants on either side of the long benches were precariously perched. They could fall off at any time. They started looking at this strange creature – comically dressed, as they felt. They were all amused. Instantly the nickname 'thoppikkaran' (തൊപ്പിക്കാരൻ) fell on me. They waited for the interval to call me that. They were all barefooted. My hat, shoes and socks were the object of great curiosity and fun for all of them. They came around me and asked me if I had stumbled on cow dung (ചാണകം ചവുട്ടി). My feet covered with the shoe appeared like that to them. They all had a hearty laugh over my funny self in that formal turnout. Be that as it may, I could see amongst all the fun that they were enjoying at my expense, bonds were being built between us.

That was the last day I wore a hat. That was also the last day I wore shoes and socks to my school. It was a rude shift from the zone of comfort and fashion to the zone of coarse inadequacy of the MCC High School. There used to be about 5-10 % absence of students invariably in our class every day. If all of us were to turn up on any day and if we were 51 strong in the class some would have gone without seats on the bench and would have been obliged to sit on the floor.

Looking around in the next few days, I could see the sons of our milkman, butcher, baker, coconut climber, maid servants, manual workers, scavengers, vegetable vendors, ice fruit seller all in the same class, rubbing shoulders with me. It was a great climb down for me. Disappointing and frustrating it indeed was at that age. The language they used was coarse. The habits appeared then to me hideous. I thought I was suddenly thrown down to a lower world altogether. We started studying English in the 5th standard. My sister and aunt in their school were taught to pronounce "Lila" as "Laila". My teacher was pronouncing it as "Leela". For an inexplicable reason, I felt very bad. My sister's school was stylish. While mine was coarse. I told my teacher Mrs Karunakaran about it. She said let them pronounce it so. Here all the children are familiar with Leelas around them and not the stylish Lailas. She hastened to tell me that both were correct but we will pronounce the same as the familiar Leela only here.

The school was lowly in physical comforts – poverty and inadequacies all around. But outside the classroom in the veranda, big mud vessels were placed to store water for students to drink. We used to keep our hands under the tap at the bottom of the mud vessels and drink water. It was the turn of the students in each class to come early in the morning and fill up those mud vessels from water taps in a distant point in the school compound. I remember how proud and happy I was to do that with my friends when our turn came.

From the 3rd standard to the 10th standard, eight long years, I was a student of the Malabar Christian High School. It was a long journey. I could easily become the 'half nosed king' (മുക്കില്ലാരാജ്യത്ത്) in the country of the nose less (മുറിമൂക്കൻ രാജാവ്) Speaking comparatively, I was one of the fortunate children in the school, hailing from privileged circumstances. I had not experienced hunger ever for want of food but I felt the same when my friend Prakash (pseudonym) did not go home for lunch and when I enquired, I realised that he did not go because there was no food there and there was no point in going home. I do remember the enthusiasm with which we collected money for the poor boy's mid-day meal fund. Our teachers would stage a drama along with few guest students of the school once a year and we used to sell tickets to raise money for the same.

My school was a pioneer in the spread of education. It was founded in 1848 by the Basel Mission missionaries from Germany. At a time when education and knowledge was the exclusive preserve and domain of the privileged high caste in the society, the founders of my school took the leadership for the spread and socialization of education and made education available to all without distinction of religion, caste, colour or creed. Slowly slowly it dawned on me that I am the proud inheritor of a legacy - the spread of education which has made Kerala what it is today - the proud flag bearers of the Kerala model of development which is lauded all over the globe.

Infrastructure does not make a great institution, the teachers do. From the 3rd standard to the 10th standard, I came across many teachers – my class teachers and many others. They remain etched in my mind. The headmasters Edona master, and later Nicholas master were at the helm during my years in the school. I remember all my teachers. They have made a mark in our young minds. Mrs Satyadasan, Mrs Punone, Mrs Sathyarthi, Justin master and Mrs Karunakaran in the primary school, Francis master, Stanley master, Samuel master, Narayanan master, Daniel master (Scout master), Vijay Raghavan master (Hindi),

Easaw master and Kunhappa Nair master all in the middle school, Balakrishnan master, Ramachandran master, Robert master (Drawing), Kuttikrishnan Nair master, Rajendran Zachria master, Lionel Chandran master, A R Vishvanatha Iyer master, Lona master, Ramakrishannan master (Hindi), Aravindaksha Kurup master, Krishnan master (Hindi parttime), Paul master (NCC), Ezhuthachan master, Chappa Panikkar master, Unni master, Ambadi master (book binding), Henry master (Engraving), I S K Menon master and Sanjivan master (both drill masters) in the High School do all pass through my mind. I bow in reverence before their memories. Except Aravindaksha Kurup master who was a young teacher who came directly from the B.Ed College to our school, all others have left for their heavenly abode now. I do remember each one of them so well today. I have the wealth of fond memories about each one of them. But I do not have the time and space to refer to all of them in detail now. I do whenever possible travel down the memory lane and remember each of them with all fond details. Interestingly, I note that those days all the teachers perhaps without exception had a nickname. And many students of my time would remember them tagged with that nickname only. It must have been so in many other schools also.

We had great teachers in our school. All the teachers had great influence in moulding our character. I particularly remember three teachers of my times who had great influence on students like me during that period. All three of them, Mrs. Karunakaran, V K Easaw and A R Vishvanatha Iyer were in later years chosen as awardees for the best teacher award by the state government, if my memory is right.

Mrs. Karunakaran was my class teacher in the 5th Standard. She was the head of the primary section that is classes 1st to 5th. She was the wife of pastor Karunakaran who was well known in the city at that time. She was the incarnation of kindness, love, affection and concern for all. She loved all her students so much.

An incident I remember very distinctly about her. It was my birthday in Class 5. As usual, I wore good new birthday clothes and went to school. I distributed sweets in the classes. The teachers and others wished me happy birthday but later, towards the end of the day, I was called by my teacher to the staffroom. She then said to me *"this year it's okay but from the next year you need not celebrate your birthday in school. Do it in a grand style at home." I was startled and disappointed. Why is my teacher saying like this? I wondered. She then told me very affectionately "that many students here in our school do not celebrate their birthdays. They cannot do the same. Their parents cannot buy new clothes for them on their birthday. When you celebrate your birthday like this, all those children will become sad and disappointed. On a good day, don't make any others sad and disappointed. So, don't do it next year. Tell your parents that I've said so to you."*

I was shocked and disappointed then. But later, I could see and appreciate the beauty of her mind. Such concern and compassion were for all her students. If all her students like me could imbibe a fraction of the compassion that filled her mind, it would certainly have been a wonderful and different world today.

I remember her expression of disapproval against the textbook which said:

"അമ്മ എനിക്ക് പാൽ തരും. ഞാൻ പാൽ കുടിച്ചില്ലെങ്കിൽ അമ്മ കരയും"

She said contemptuously that these textbook makers must come to institutions like ours, where many students struggle for a square meal a day. The urchins will feel disappointed that their mothers are not giving them milk, and they are not crying when they do not drink milk. She remains etched in the minds of students like me. I have always felt that she has imbibed the ideals of constitutional socialism, which in its core is – concern for the weak, compassion for the underprivileged and emancipation of the marginalized, better than many constitutional experts that I have seen in later life.

In the mid school (Standard 6 and 7) the outstanding teacher who comes to my mind is Easaw master, my class teacher in Standard VII. To go to school every day was a pleasure as we could meet Sir. Many, many things that Sir said and did come to mind now. They live with me. What the liberation theologist today call a sin, the revolutionaries call exploitation and the constitutionalists call social impropriety - of being disproportionately rich in a poor society, Sir had explained to us in very simple language. Easaw master said that if the total wealth of the world is 'M' and the population of the planet is 'N', anyone who is keeping disproportionately more than M/N share of the wealth is committing an indiscretion and impropriety. The later doctrines of intra-generational and inter-generational equity that I learnt were already implanted in our young minds even at Class VII by my Easaw master.

He loved all his students. I remember I was sick and laid up for some time when I was a student in his class. I could not attend school for about a week. That weekend Sir walked all the way from his house (Sir used to reside in a quarters/building inside the campus I remember) to my house to enquire about my health. I can never forget the elated feeling of love and protection that I felt that day.

To develop scientific temperament is the constitutionally mandated fundamental duty today. I remember Easaw master telling us that the foolish and stupid have also got to pay tax in India. There was a palmist in a cloth covered cubicle in front of our school. Sir would say that all fools and stupids passing by have to enter and remit the tax for the stupid and foolish before they can proceed further.

I remember what Sir wrote in my autograph. He quoted a verse from the Bible to impress upon me the axiom that anyone blessed with privileges by God has a duty to give back to the world benefits in return. The correlation between privilege and duty was thus ingrained into us. In all that he said and did there was unparalleled sublimity which I even today cherish dearly.

When I reached the high school, the teacher who impressed me most in the galaxy of eminent teachers was A R Vishwanatha Iyer master. As some old student remarked in lighter vein the other day in a meeting, we the then students of MCC High School came to realise that English had a spoken version also only when we reached the college. But in Iyer master's English classes we heard chaste English in impeccable English accent. He asked his students to compulsorily read English newspapers from the library (most houses of MCCHS students did not subscribe to English daily then) and to listen to English news in All India Radio. He would not only ask us to do that but also used to verify whether we are doing it.

Iyer master was a person with a high sense of moral principles. His adherence to lofty principles and ideals that he cherished was an abject life lesson for us. Simple life and lofty thoughts was a mantra that he followed. Sir wore thick glasses and held papers close to his eyes to read them. Stories spread that an outstanding student that he was but could not pursue higher studies because of his defective vision.

Pursuit of excellence is a constitutional fundamental duty today for the Indian citizen. This pursuit of excellence was seen in action by me in Iyer Sir's life and work. It was my privilege to call on Sir at his Madras residence long (after about half a century) after I left school a few years before his death. I bow down in reverence and pay homage to all my teachers of MCCHS. Despite inadequacy of infrastructure they made our school really great and outstanding. It is always a pleasure to delve into those fragrant memories.

I do not know how many scientists or outstanding brains the school has produced. Incidentally, we have some IAS personnel and other leaders in life in the alumni. But, the asset of the school is ordinary men it produced with a sound value system. Even as students, our role models were not students with academic excellence but footballers and sportsmen of excellence.

Call it chance, destiny, fate, nature or God; you need the blessings of that entity to be in a good school which plants a good value system in you. We were the proud recipients of that grace. About six decades have rolled by after I left school in 1965. But still not a day passes in my life without recalling in some context or the other, my great teachers and the wonderful time that I spent there in my school. Truly I have left a piece of me there and do carry with me my school in my mind always.

Thank you, my dear alma mater.

എം.സി.സി.യിൽ ഒരു വസന്തകാലത്ത്

ബടായിക്കണ്ടി ബഷീർ*

“എന്റെ ജീവിതത്തിലെ ഏറ്റവും സന്തോഷകരമായ വർഷങ്ങളായിരുന്നു 1971 മുതൽ 1974 വരെയുള്ള മൂന്നു വർഷങ്ങൾ. ജീവിതത്തിൽ ഒരിക്കലും മറക്കാനാവാത്ത മൂന്നു വർഷങ്ങളായിരുന്നു അത്., സ്വാതന്ത്ര്യത്തിന്റെയും ആഹ്ലാദത്തിന്റെയും ദിനങ്ങൾ.

ജീവിതത്തിലെ ഏറ്റവും നല്ല സുഹൃത്തുക്കളെ ലഭിച്ചത് ഇവിടെനിന്നാണ്. ആ സുഹൃത്തുക്കളാണ് ഇപ്പോഴും കൂടെയുള്ളത്, നജീബ്, ജബ്ബാർ, നാരായണൻ.. ആ ലിസ്റ്റ് നീളുന്നു. സ്കൂളിലെ അദ്ധ്യാപകർ യഥാർത്ഥത്തിൽ വിദ്യാർത്ഥികളുടെ സുഹൃത്തുക്കളായിരുന്നു. വിദ്യാർത്ഥികളുടെ തോളിൽ കൈയിട്ട് അവർക്ക് ചായസൽക്കാരം നടത്തുന്ന സനൽ മാസ്റ്റർ ആയിരുന്നു അതിൽ പ്രമുഖൻ. എഴുത്തച്ഛൻ മാസ്റ്റർ, സുഭദ്ര ടീച്ചർ, റോസ്‌ലിൻ ടീച്ചർ, വിജയകുമാരി ടീച്ചർ, ഒരിക്കലും മറക്കാനാവാത്ത പേരുകൾ, മുഖങ്ങൾ.

വർഷങ്ങൾ കഴിഞ്ഞു, ജീവിതത്തിൽ ഏറെ സഞ്ചരിച്ച, സഞ്ചരിച്ച വഴികളിലെ ഒരു വസന്തകാലമായിരുന്നു മലബാർ ക്രിസ്ത്യൻ കോളേജ് ഹൈസ്കൂളിലെ മൂന്നു വർഷങ്ങൾ.”

---

* ബടായിക്കണ്ടി ബഷീർ; കോഴിക്കോട്ടെ ഗുജറാത്തി സ്ട്രീറ്റിലെ പ്രശസ്തമായ ഗുദാം ആർട്ട് ആന്റ് ആന്റിക്സിന്റെ ഉടമ. കഴിഞ്ഞ കാലത്തെ മനുഷ്യരുടെ ഭൗതിക ജീവിതവുമായി ബന്ധപ്പെട്ട വസ്തുക്കളുടെ, ഉപകരണങ്ങളുടെ വൻ ശേഖരണമാണ് ഇവിടെയുള്ളത്. ഇന്ന് കോഴിക്കോടിന്റെ മുഖമുദ്രകളിലൊന്നാണ് ഗുദാം.

വെള്ളത്തണ്ടിന്റെ നനവ്

പ്രേംചന്ദ്*

പടിഞ്ഞാറെ നടക്കാവിലെ പൊറ്റങ്ങാടി വീട്ടിൽ നിന്നും സ്കൂളിലേക്ക് നടന്നു പോകുന്ന ഇടവഴിയിലെ മതിലോരത്ത് മഴക്കാലത്ത് വെള്ളത്തണ്ടുകൾ വളർന്നു നിൽപ്പുണ്ടാകും. അതിന്റെ ഇലകൾ നുള്ളി മാറ്റി ഏട്ടൻ കിഷൻചന്ദ് ബാഗിലിട്ടു തരും. സ്ലേറ്റ് മായ്ക്കാൻ വെള്ളത്തണ്ടു പോലെ മനോഹരമായ മറ്റൊന്നും അന്ന് കണ്ടുപിടിച്ചിട്ടില്ല. സ്ലേറ്റ് മായ്ക്കുമ്പോഴുള്ള വെള്ളത്തണ്ടിന്റെ നനവാണ് സ്ക്കൂളിനെക്കുറിച്ചുള്ള എന്റെ ഏറ്റവും പഴയ ഓർമ്മ. തിരിഞ്ഞു നോക്കുമ്പോൾ, മലബാർ ക്രിസ്ത്യൻ കോളേജ് സ്കൂൾ എന്നോർക്കുമ്പോൾ ആ വെള്ളത്തണ്ടിന്റെ അതേ നനവാണ് മനസ്സ് നിറയെ.

ആന്ദ്രേ താർക്കോവ്സ്കി സംവിധാനം ചെയ്ത 'നൊസ്റ്റാൾജിയ' (1983) ലോക സിനിമയിലെ ഏററവും കാവ്യാത്മകമായ സൃഷ്ടികളിൽ ഒന്നായാണ് കണക്കാക്കപ്പെടുന്നത്. പുറപ്പെട്ടിടത്തേക്ക് ഒരിക്കലും തിരിച്ചെത്താനാവാത്ത ആതുരതയായാണ് താർക്കോവ്സ്കി

ആ ഗൃഹാതുരത്വത്തെ വിശദീകരിക്കുന്നത്. സ്കൂളിൽ വച്ചാണ് ഓരോ കുട്ടിയും ജീവിതത്തിലേക്ക് പുറപ്പെട്ടു പോകുന്നത്. അവിടേക്ക്

* മലബാർ ക്രിസ്ത്യൻ കോളേജ് ഹൈസ്കൂളിലെ പൂർവ്വ വിദ്യാർത്ഥിയാണ് സിനിമാ നിരൂപകനും സാംസ്കാരിക പ്രവർത്തകനുമായ പി.പ്രേംചന്ദ്. 1966 മുതൽ 1976 വരെയായിരുന്നു എം.സി.സി.എച്ച്.എസ്സിലെ പ്രേംചന്ദിന്റെ വിദ്യാഭ്യാസകാലം. ദീർഘകാലം മാതൃഭൂമിയിൽ എഡിറ്റോറിയലിൽ പ്രവർത്തിച്ചു. മാതൃഭൂമിയുടെ ചലച്ചിത്ര പ്രസിദ്ധീകരണമായിരുന്ന ചിത്രഭൂമിയുടെ എഡിറ്ററായിരുന്നു.

പിന്നീടൊരിക്കലും കുട്ടി തിരിച്ചെത്തുന്നില്ല. കുട്ടിയും സ്കൂളും എല്ലാം അപ്പോഴേക്കും മാറിപ്പോകുന്നു. എന്നാലും മാറാത്ത ഒരു സ്കൂൾ നമ്മൾ ഉള്ളിൽ പേറുന്നു.

ഒന്നു മുതൽ പത്തു വരെ പഠിച്ച മലബാർ ക്രിസ്ത്യൻ കോളേജ് സ്കൂൾ തന്നെയാണ് എന്നെയും ജീവിതം പഠിപ്പിച്ച, ജീവിതത്തിലേക്ക് പറക്കാൻ പഠിപ്പിച്ച സ്കൂൾ. എന്നാൽ ഓർത്തു നോക്കാനിരിക്കുമ്പോഴാണ് ആദ്യം മായുന്നത് പേരുകളാണ് എന്ന് തിരിച്ചറിയുന്നത്. ഒന്നാം ക്ലാസ്സ് മുതൽ നാലാം ക്ലാസ്സ് വരെയുള്ള ക്ലാസ്സ് മുറികൾ സ്കൂളിന്റെ പടിഞ്ഞാറെ അറ്റത്ത് വിശാലമായ മൈതാനത്തോട് ചേർന്നായിരുന്നു. മൈതാനത്തിന്റെ ഓരത്തുള്ള പടർന്നു പന്തലിച്ച ഒരു ഗുൽമോഹർ മരം ആ ഓർമ്മയിൽ ഇപ്പോഴുമുണ്ട്. പച്ച മൈതാനത്ത് വിരിഞ്ഞു നിൽക്കുന്ന ഗുൽമോഹർ മറക്കാനാവാത്ത ഓരോർമ്മയാണ്. ആ മരം ഇന്നില്ല. വർഷങ്ങൾക്ക് ശേഷം എന്റെ ജീവിത പങ്കാളി ദീദി മലയാള സിനിമയിൽ ആദ്യമായി കഥയും തിരക്കഥയും സംഭാഷണവുമെഴുതി കടന്നു വന്നപ്പോൾ ആ സിനിമക്ക് പല പേരുകൾ ആലോചിച്ച് ഒടുവിൽ പേരിട്ടത് 'ഗുൽമോഹർ' എന്നായിരുന്നു. അതിൽ ആ പച്ച മൈതാനത്തെ ഓർമ്മ കടന്നു വന്നിട്ടുണ്ടാകും.

ടീച്ചർമാരുടെയൊക്കെയും കൂടെ പഠിച്ച കൂട്ടുകാരുടെയും മുഖഛായകൾ പലതും ഇപ്പോഴും മനസ്സിലുണ്ട്. പേരുകൾ മിക്കതും മറന്നു. ക്രിസ്ത്യൻ കോളേജ് സ്കൂൾ എന്നത് ഞങ്ങളുടെ പൊറ്റങ്ങാടി തറവാട് എന്ന പോലെ തറവാട് സ്കൂളും കൂടിയാണ്. സ്വാതന്ത്ര്യ സമര സേനാനികളായിരുന്ന അച്ഛൻ പൊറ്റങ്ങാടി ചന്തുവും, വല്ല്യച്ഛന്മാരായ പൊറ്റങ്ങാടി രാഘവനും, പൊറ്റങ്ങാടി ഭാസ്കരനും ഒക്കെ പഠിച്ചതവിടെയാണ്. വല്ല്യച്ഛന്മാരുടെ ആൺമക്കൾ കൃഷ്ണദാസ്, മോഹൻദാസ്, ബാബുരാജ് സിങ്ങ്, രാധാകൃഷ്ണൻ, നാരായണദാസ്, എന്റെ നേർ ജേഷ്ഠൻ കിഷൻ ചന്ദ്, അനുജൻ നവീൻചന്ദ് ഒക്കെ അവിടുത്തുകാരാണ്. ഒരു ശൃംഖലയായാണ് മുതിർന്ന ചേട്ടന്മാർ അനുജന്മാരെ സ്കൂളിലേക്ക് വഴി നടത്തിയത്.

നടക്കാവിൽ നിന്നും സ്കൂളിലേക്ക് നടക്കുന്ന വഴിയിൽ രണ്ട് മൂന്ന് നാഴികക്കല്ലുകളുണ്ട്, ആദ്യം ഇംഗ്ലീഷ് പള്ളി, പിന്നെ നടക്കാവ് മാർക്കറ്റ്, പിന്നെ ശ്രീനാരായണ മിഷൻ. ശ്രീനാരായണ മിഷന്റെ ഭാഗമായിരുന്ന അച്ഛനും വല്ല്യച്ഛന്മാരും. ഒരു ജാതി ഒരു മതം ഒരു ദൈവം എന്ന് പഠിപ്പിച്ച ശ്രീനാരായണ ഗുരുവിന്റെ ആൾക്കാർ. അതും കടന്നാണ് സ്കൂളിലെത്തുന്നത്.

പഠിപ്പിച്ച മൂന്ന് മാസ്റ്റർമാരുടെയും ഒരു ടീച്ചറുടെയും പേര് ഓർമ്മയിലേക്ക് വരുന്നു. നാരായണൻ മാഷും ബാലൻ മാഷും- ഒരു ടെറർ

ആയിരുന്നു. എന്നാൽ തിരിഞ്ഞു നോക്കുമ്പോൾ സ്നേഹവും കടപ്പാടും കിനിയുന്നു. ബാലൻ മാഷെ സ്കൂൾ ഒക്കെ കഴിഞ്ഞ് വർഷങ്ങൾക്ക് ശേഷം ഞാൻ മാതൃഭൂമി എഡിറ്റോറിയൽ വിഭാഗത്തിൽ പണിയെടുക്കുമ്പോൾ അവിടെ പ്രൂഫ് റീഡറായി പണിയെടുക്കാനെത്തിയത് കണ്ടപ്പോൾ ഒരത്ഭുതമായിരുന്നു. നാരായണൻ മാഷെയും റോഡിലൂടെ നടന്നു നീങ്ങുമ്പോൾ പലപ്പോഴും കണ്ടുമുട്ടിയിട്ടുണ്ട്. പഴയ ചീത്തവിളികൾ സ്നേഹത്തിന്റെ പര്യായങ്ങളായാണ് ഓർമ്മയിൽ തുളുമ്പി നിന്നത്. ഡ്രിൽ മാസ്റ്ററായിരുന്ന സനൽ മാസ്റ്റർ പിന്നീട് പലപ്പോഴും വാർത്തകളുമായി മാതൃഭൂമിയിലേക്ക് കയറി വന്നു. വാർത്ത കൊടുത്തിരിക്കണം എന്ന് പഴയ അതേ സ്നേഹ ശാസനയോടെ പറയാൻ എന്നും അധികാരമുണ്ടായിരുന്നു മാഷ്ക്ക്. റോസ്ലി ടീച്ചറെ ഫെയ്സ്ബുക്ക് കാലത്ത് വീണ്ടും കണ്ടുമുട്ടി. അതും ഒരു വിസ്മയമായിരുന്നു.

ഒരേ നാട്ടിൽ ഒരേ വഴിയിലൂടെ കടന്നു പോകുന്നവരാണെങ്കിലും സമയക്രമത്തിലെ നേരിയ വ്യത്യാസം മാത്രം മതി രണ്ട് പേർക്ക് ഒരിക്കലും കണ്ടുമുട്ടാതിരിക്കാൻ. അങ്ങിനെ അപ്രത്യക്ഷമായവരാണ് ഒപ്പം പഠിച്ച കൂട്ടുകാരും, പഠിപ്പിച്ച അദ്ധ്യാപകരും ഏറെയും. ചിലർ മാത്രം ജീവിതത്തിൽ പിന്നെയും ബാക്കിയായി. ഞാൻ ചെറിയ ക്ലാസ്സിൽ പഠിക്കുമ്പോഴാണ് ഒരു ചൈനീസ് യുദ്ധകാലത്ത് പ്രധാന മന്ത്രി നെഹറുവിന്റെ ആഹ്വാനം കേട്ട് ജ്യേഷ്ഠൻ കിഷൻ ചന്ദ് കയ്യിലെ സ്വർണ്ണ മോതിരം ഊരി ക്ലാസ്സ് ടീച്ചറെ സംഭാവനയായി ഏല്പിച്ചത്. അത് തൊട്ടടുത്ത ദിവസം മാതൃഭൂമിയിൽ വാർത്തയായി വന്നിരുന്നു. പിറ്റേന്ന് അച്ഛനെ വിളിച്ച് വരുത്തി സമ്മതം വാങ്ങിയാണ് സ്കൂൾ അന്ന് ഏട്ടന്റെ സംഭാവന വരവ് വച്ചത്. സ്കൂളുമായി ബന്ധപ്പെട്ട മറക്കാനാവാത്ത ഒരോർമ്മയാണത്.

അഞ്ചാം ക്ലാസ്സ് മുതൽ ജോയ് മാത്യു കൂട്ടുകാരനായി ഒപ്പമുണ്ട്. അവന്റെ നാടകങ്ങളിലൊക്കെ അവനെന്നെ പെൺ വേഷം കെട്ടിച്ചിട്ടുണ്ട്. എന്റെ ആദ്യ സമ്മാനങ്ങൾ ആ നാടകങ്ങൾക്കായിരുന്നു. ഗുരുവായൂരപ്പൻ കോളേജിലെത്തിയപ്പോഴും അതു തുടർന്നു. പിന്നെ അവൻ വലിയ നടനും സംവിധായകനുമൊക്കെയായപ്പോൾ മാതൃഭൂമിയിലെ ഒരു മാധ്യമ പ്രവർത്തകനെന്ന നിലക്ക് പിന്തുണയായി ഞാനും ഒപ്പം നിന്നു.

സ്കൂൾ ജീവിത കാലത്ത് സീനിയർ വിദ്യാർത്ഥിയായിരുന്ന നടൻ അഗസ്റ്റിൻ മറക്കാനാവാത്ത മറ്റൊരു ഓർമ്മയാണ്. അഗസ്റ്റിനാണ് എസ്.എസ്.എൽ.സി. കഴിഞ്ഞ ഉടനുള്ള അവധിക്കാലത്ത് എന്നെയും, ജോയ് മാത്യുവിനെയും മദിരാശിയിലേക്ക് ക്ഷണിച്ച് ഒരു സിനിമയുടെ

ഷൂട്ടിങ്ങും, പ്രേംനസീറിനെയും കാട്ടിത്തരുന്നത്. 'തുറുപ്പുഗുലാൻ' എന്ന പ്രേംനസീർ സിനിമയായിരുന്നു അത്. ആ സൗഹൃദം അഗസ്റ്റിൻ മരിക്കുന്നത് വരെ തുടർന്നു. അവൻ അവസാനമായി വേഷമിട്ടത് ജോയ് മാത്യുവിന്റെ 'ഷട്ടറി'ൽ ആയിരുന്നു. ക്രിസ്ത്യൻ കോളേജ് സ്കൂൾ തന്ന സൗഹൃദമാണത്.

ആത്യന്തികമായി മലബാർ ക്രിസ്ത്യൻ കോളേജ് സ്കൂൾ എന്താണ് മനസ്സിൽ ബാക്കി വയ്ക്കുന്നത്? ഒന്നു മുതൽ പത്ത് വരെ പത്തു വർഷം ക്രിസ്ത്യൻ കോളേജ് സ്കൂളിൽ പഠിച്ചിറങ്ങിയ എനിക്ക് അഭിമാനത്തോടെ പറയാൻ കഴിയും അത് ഒരു ജാതി അതീത മതാതീത മനോഭാവവും, നിലപാടുമാണ്. അവിടെ കുട്ടികൾക്കിടയിലോ അദ്ധ്യാപകർക്കിടയിലോ ജാതി മത ചിന്തകളോ വിവേചനങ്ങളോ ഒരു തരിമ്പും ഇല്ലായിരുന്നു. സ്കൂളിന്റെ പേരിലെ 'ക്രിസ്ത്യൻ' എന്നത് ഒരു മതേതര ജീവിതത്തിന് അടിത്തറ പാകിയതിന്റെ നന്മ മാത്രമായിരുന്നു. ആ സ്കൂളിങ്ങ് എത്ര വലുതാണ് എന്ന് ഞാൻ തിരിച്ചറിയുന്നു. ഞാനതിന് എന്റെ ഗുരുക്കന്മാരെ ആദരപൂർവ്വം നമസ്കരിക്കുന്നു. കൂട്ടുകാരെ സ്നേഹത്തോടെ ആശ്ലേഷിക്കുന്നു. കന്മഷത്തിന്റെ ഒരു കണികപോലും ബാക്കിയാക്കാതെ കുട്ടിക്കാലത്തെ വഴിനടത്തിയതിന്റെ കടപ്പാട് ചെറുതല്ല. നൂറ്റാണ്ടുകളുടെ കാരുണ്യം നിറഞ്ഞൊഴുകിയ വഴിയാണത്. അത് കെടാതെ കാത്തുസൂക്ഷിയ്ക്കാൻ അവിടെ പഠിച്ച ഓരോരുത്തരുമെന്ന പോലെ ഞാനും കടപ്പെട്ടിരിക്കുന്നു. ഓർമ്മകൾ ഉണ്ടായിരിക്കണം. സ്ലേറ്റിൽ എഴുതിയത് മായ്ച്ച് തന്നെയാണ് അക്ഷരങ്ങൾ കൂട്ടിയോജിപ്പിക്കാൻ പഠിച്ചത്. ആ വെള്ളത്തണ്ടിന്റെ നനവ് ഇപ്പോഴും കയ്യിലുണ്ട്. ഒരു നോവലടക്കം അഞ്ചു പുസ്തകൾ ഞാനെഴുതി. ഒരു സിനിമ സംവിധാനം ചെയ്തു. വിദ്യാഭ്യാസ കാലത്തിന്റെ തുടക്കം പാളിയിരുന്നെങ്കിൽ ഇതൊന്നും സംഭവിക്കുമായിരുന്നില്ല.

ഓർമ്മയിൽ നിന്ന്

രാജേഷ് മല്ലർകണ്ടി*

1976 ജൂൺ മാസത്തെ അധ്യായനവർഷത്തിലാണ് ഞാൻ എം.സി. സി. എൽ. പി സ്കൂളിൽ എത്തിച്ചേരുന്നത്. അച്ഛൻ പഠിച്ച സ്കൂൾ, ഏട്ടൻ അപ്പോൾ യു.പി. യിൽ പഠിക്കുന്നുണ്ട്...

അന്നത്തെ കാലത്തെ പ്രശസ്തമായ സ്കൂൾ, വീടിനടുത്തുള്ള സ്കൂൾ തുടങ്ങിയ കാരണങ്ങൾ കൊണ്ടായിരിക്കും അച്ഛൻ എന്നെയും അവിടെ തന്നെ ചേർത്തത്.

ഓടിട്ട മേൽക്കൂരയും നീണ്ട വരാന്തയും പകുതി ചുമരും ബാക്കി പട്ടിക കൊണ്ട് മറച്ചൊരു സ്ട്രക്ച്ചർ, അന്നത്തെ കാലത്ത് സ്കൂൾ ഇങ്ങനെയൊക്കെ തന്നെ ആയിരുന്നു. ഇന്നും പഠിച്ച സ്കൂൾ അങ്ങനെതന്നെ എന്നത് ഏറെ വിഷമം ഉണ്ടാക്കുന്നുണ്ട് എന്ന് പറയാതിരിക്കാൻ കഴിയില്ല.

ഒന്നാം ക്ളാസിലെ ക്ലാസ് ടീച്ചർ നിർമ്മല ടീച്ചർ ആയിരുന്നു. രണ്ടിൽ ഐലിൻ ടീച്ചർ, മൂന്നിൽ ലില്ലി ടീച്ചറും പ്രധാനധ്യാപിക മേരി ടീച്ചറും ആയിരുന്നു.

ഇന്നത്തെ പോലെ ഗൂഗിൾ അറിവുകൾ ഇല്ലാത്ത കാലത്ത് അധ്യാപകർ തന്നെ ആയിരുന്നു എല്ലാ കുട്ടികളുടെയും അറിവുകളുടെ ഉറവിടം. ക്ളാസിലെ കുട്ടികളെ മുഴുവൻ സ്വന്തം കുട്ടികളെ പോലെ കാണുന്ന ഒരു രീതി. ഇന്നത്തെ പോലെ വാഹനങ്ങളിൽ സ്കൂളിൽ വരുന്ന കുട്ടികൾ

* ലേഖകൻ ആർക്കിടെക്ചറൽ ഇന്റീരിയർ ഡിസൈനറും വന്യ ജീവി ഫോട്ടോഗ്രാഫറും സിനിമാ നടനുമാണ്.

ഉണ്ടായിരുന്നില്ല,എല്ലാവരും സമീപപ്രദേശത്ത് ഉള്ളവർ തന്നെ ആയിരുന്നു.

അക്കാലത്ത് പഠനത്തിൽ മാത്രമായിരുന്നു ശ്രദ്ധ. അന്നത്തെ ആ കുട്ടികൾ ഇന്ന് എന്തെങ്കിലുമൊക്കെ ആയി തീർന്നെങ്കിൽ, അവരെ 'മോൾഡ്' ചെയ്തെടുക്കാൻ അധ്യാപകർ എടുത്ത പരിശ്രമം വലുതാണ്.

അന്നത്തെ കാലത്തെ തമാശകളും അനുഭവങ്ങളും ഇന്ന് ഈ പ്രായത്തിൽ ഓർത്തെടുക്കുക ശ്രമകരമാണ്. മഴ പെയ്തു വെള്ളം കെട്ടികിടക്കുന്ന മുറ്റത്തെ കളികളും, ദാഹിക്കുമ്പോൾ തൊട്ടടുത്ത് താമസിക്കുന്ന ടീച്ചറുടെ വീട്ടിൽ പോയി കുടിക്കുന്ന കിണർ വെള്ളത്തിന്റെ രുചിയും ഓർമ്മയിലുണ്ട്. പഠിപ്പിച്ച അധ്യാപകരെ ഇന്നും സ്നേഹത്തോടെ സ്മരിക്കുന്നു.

സ്കൂൾ പഠനശേഷം പിന്നീട് വീണ്ടും ആ പടി ചവിട്ടുന്നത് നാല് പതിറ്റാണ്ടുകൾക്ക് ശേഷമാണ്... പൂർവ്വവിദ്യാർത്ഥികൾ ഒന്നിച്ചു സ്കൂളിന്റെ രൂപം ഒന്ന് മാറ്റിയെടുക്കുക എന്ന ആലോചനയുണ്ടായി. എത്തിച്ചേർന്ന പൂർവ്വവിദ്യാർത്ഥികളുടെ എണ്ണവും അവരിൽ നിന്നും കിട്ടിയ കളക്ഷനും കുറവായത്കൊണ്ട് വലിയ മാറ്റങ്ങൾ കൊണ്ടുവരാൻ ഞങ്ങൾക്കായില്ല.

എന്നാൽ അന്നത്തെ പ്രധാനഅധ്യാപിക ലിൻഡ ജാസ്മിൻ ടീച്ചറുമായി എനിക്ക് നല്ലൊരു സൗഹൃദം ഉണ്ടായി. പഠിച്ച സ്കൂളിൽ ഞാൻ പകർത്തിയ വന്യജീവികളുടെ ഒരു ഫോട്ടോപ്രദർശനം നടത്താൻ എനിക്ക് കഴിഞ്ഞു. ഇതിന്റ ഉദ്ഘടനചടങ്ങിലേക്ക് എന്റെ ഒന്നാം ക്ലാസ് ടീച്ചർ നിർമ്മല ടീച്ചർ എത്തി എന്നത് ഏറെ സന്തോഷം നൽകി.

പ്രളയവും, കോവിഡുമെല്ലാം അവിടുത്തെ കുട്ടികളുടെ കുടുംബത്തെ കൂടി ബാധിച്ചപ്പോൾ അവരോടൊപ്പം ഒത്തുചേർന്ന് പ്രവർത്തിക്കാനും കഴിഞ്ഞു.

പ്രാഥമിക വിദ്യാഭ്യാസം നേടിയ സ്കൂളിൽ 47 വർഷങ്ങൾക്കിപ്പുറവും, പോകാനും ആ നല്ല ഓർമ്മകൾ അതെ ബഞ്ചിലിരുന്നു ചികഞ്ഞെടുക്കാനും ഇന്നും കഴിയുന്നു എന്നത് തന്നെ ഏറെ ഭാഗ്യം.

ഭാഗം 7
പ്രതിഭകൾക്ക് പ്രണാമം

മലബാർ ക്രിസ്ത്യൻ കോളേജ് സ്കൂളിലെ പൂർവ്വ വിദ്യാർത്ഥികൾക്ക്, നമ്മോടൊപ്പം ഇല്ലാത്ത പ്രതിഭകൾക്ക് പ്രണാമം.

യു.ജയനാരായണൻ ഐ.എ.എസ്.

കോഴിക്കോട്ടെ ജനങ്ങളുടെ ആദരവും സ്നേഹവും പിടിച്ചുപറ്റിയ കലക്ടർ. 1981 മുതൽ 82 വരെയും 1988 മുതൽ 1999 വരെയും കോഴിക്കോട് ജില്ലാ കലക്ടറായി സേവനമനുഷ്ഠിച്ചു. അദ്ദേഹത്തിന്റെ നേതൃത്വത്തിൽ ആരംഭിച്ച പല പദ്ധതികളും കാലത്തെ അതിജീവിച്ചുകൊണ്ട് ഇപ്പോഴും അവശേഷിക്കുന്നു.

നളിനാക്ഷൻ ഐ.എ.എസ്.

സ്കൂൾ പഠനകാലത്തുതന്നെ പഠനത്തിലും പാഠ്യേതര പ്രവർത്തനങ്ങളിലും പ്രാവീണ്യം തെളിയിച്ചു. ആദ്യം ഇന്ത്യൻ പോലീസ് സർവ്വീസിലേക്കാണ് തിരഞ്ഞെടുക്കപ്പെട്ടത്. 1967 മഹാരാഷ്ട്ര കേഡറിലെ ഐ.എ.എസ്. ഓഫീസർ. ബ്രിഹാൻ മുംബൈ മുൻസിപ്പൽ കോർപ്പറേഷനിൽ നിരവധി നൂതന പദ്ധതികൾക്ക് തുടക്കം കുറിച്ചു. 35 വർഷം നീണ്ടുനിന്ന ഔദ്യോഗിക ജീവിതത്തിൽ നിരവധി പദവികൾ അദ്ദേഹം അലങ്കരിച്ചു. നവ സേവയിലെ ജവഹർലാൽ നെഹ്റു പോർട്ട് ട്രസ്റ്റിന്റെ ചെയർമാനായിരുന്നു. മഹാരാഷ്ട്ര ട്രാൻസ്പോർട്ട് ആന്റ് എക്സൈസ് ഡിപ്പാർട്ട്മെന്റിന്റെ അഡീഷണൽ ചീഫ് സെക്രട്ടറിയായിരുന്നു.

ഐ.വി.ശശി

മലയാളത്തിലെ പ്രശസ്ത സംവിധായകനായിരുന്ന ഇരുപ്പംവീട് ശശിധരൻ എന്ന ഐ.വി. ശശി (1948-2017) മലബാർ ക്രിസ്ത്യൻ കോളേജ് ഹൈസ്കൂളിലെ പൂർവ്വ വിദ്യാർത്ഥിയായിരുന്നു. ഐ.വി.ശശി ഏതാണ്ട് 150-ഓളം ചിത്രങ്ങൾ സംവിധാനം ചെയ്തിട്ടുണ്ട്. മലയാളത്തിന് പുറമെ തമിഴിലും, ഹിന്ദിയിലും ഏഴു വീതവും, തെലുങ്കിൽ രണ്ടു സിനിമകളും സംവിധാനം ചെയ്തിട്ടുണ്ട്. തന്റേതായ ഒരു സംവിധാന ശൈലിയിലൂടെ മലയാളത്തിലെ മുഖ്യധാരാ സിനിമയുടെ സൗന്ദര്യസങ്കല്പങ്ങളെയും ഉള്ളടക്കത്തെയും അദ്ദേഹം മാറ്റിമറിച്ചു. ഐ.വി.ശശിയുടെ ആദ്യചിത്രം

ആയി പരിഗണിക്കപ്പെടുന്നത് ഉത്സവം ആയിരുന്നു. നിരവധി പുരസ്കാരങ്ങൾ ഐ.വി. ശശിയെത്തേടിയെത്തി. 1982-ൽ അദ്ദേഹം സംവിധാനം ചെയ്ത 'ആരൂഢ'ത്തിന് 'ദേശീയോദ്ഗ്രഥനത്തിനുള്ള ദേശീയ അവാർഡ്' ലഭിച്ചു. ആറു തവണ ഫിലിം ഫെയർ അവാർഡും ലഭിച്ചിട്ടുണ്ട്. 'ലൈഫ്ടൈം അച്ചീവ്മെന്റ് അവാർഡ്' 2013 ഏപ്രിൽ 19 ന് കോഴിക്കോട്ട് വെച്ച് നടന്ന ഉത്സവ് 2013 എന്ന പരിപാടിയിൽ കമലഹാസനും, മമ്മൂട്ടിയും, മോഹൻലാലും ചേർന്നാണ് നൽകിയത്.

രാജാമണി

മലയാള ചലച്ചിത്രരംഗത്തെ വിഖ്യാത സംഗീത സംവിധായകൻ (1956-2016) മലയാളം ഉൾപ്പെടെ 10 ഭാഷകളിൽ സംഗീത സംവിധാനം നിർവ്വഹിച്ച രാജാമണി, 700-ൽപരം ചിത്രങ്ങളുടെ പശ്ചാത്തല സംഗീതം ഒരുക്കിയിട്ടുണ്ട്. 1997-ൽ ആറാം തമ്പുരാൻ എന്ന ചിത്രത്തിന്റെ പശ്ചാത്തല സംഗീതത്തിന് 'കേരള സംസ്ഥാന ചലച്ചിത്ര പുരസ്കാരം' ലഭിച്ചു. 'ഇൻ ദ നെയിം ഓഫ് ബുദ്ധ' എന്ന ഇംഗ്ലീഷ് ചലച്ചിത്രത്തിന്റെ പശ്ചാത്തല സംഗീതത്തിന് മൂന്നു രാജ്യാന്തര പുരസ്കാരങ്ങൾ രാജാമണിയെ തേടിയെത്തി. മലയാളത്തിലെ ആദ്യകാല സംഗീത സംവിധായക പ്രതിഭ ബി.എ.ചിദംബരനാഥിന്റെ മൂത്ത മകനാണ്. സ്വാഗതം, ഏകലവ്യൻ, വെൽകം ടു കൊടൈക്കനാൽ എന്നീ ചലച്ചിത്രങ്ങളിലെ ഗാനങ്ങൾ ഇന്നും ജനപ്രിയമായി നിലനിൽക്കുന്നു.

അഗസ്റ്റിൻ

മലയാള ചലച്ചിത്ര നടനും നിർമ്മാതാവുമായിരുന്നു അഗസ്റ്റിൻ. അഗസ്റ്റിന്റെ ആദ്യ അഭിനയ കളരി മലബാർ ക്രിസ്ത്യൻ കോളേജ് ഹൈസ്കൂളായിരുന്നു. നൂറിലേറെ സിനിമകളിൽ അഭിനയിച്ചിട്ടുണ്ട്, ദേവാസുരം, സദയം, ആറാം തമ്പുരാൻ, ചന്ദ്രലേഖ, ചമയം, ഇന്ത്യൻ റുപ്പി, ഷട്ടർ എന്നിവയാണ് പ്രധാന ചലച്ചിത്രങ്ങൾ. മകൾ ആൻ അഗസ്റ്റിൻ ചലച്ചിത്ര അഭിനേത്രിയാണ്.

അനൂപ് രാമകൃഷ്ണൻ

പ്രമുഖ 'വിഷ്വൽ ഡിസൈനറും' മലയാള മനോരമ മുൻ ഡിസൈൻ കോ-ഓർഡിനേറ്ററുമായിരുന്നു പാവങ്ങാട് സരോവരത്തിൽ അനൂപ് രാമകൃഷ്ണൻ. 'മൈൻഡ്‌വേ ഡിസൈൻ സി'ന്റെ ഡയറക്ടറും ചീഫ്

ക്രിയേറ്റീവ് ഓഫീസറുമായിരുന്നു. ഡി.പി.ഐ. ഓഫീസ് സീനിയർ അഡ്മിനിസ്ട്രേറ്റീവ് ഓഫീസറായി വിരമിച്ച പുത്തൻവീട്ടിൽ രാമകൃഷ്ണന്റെയും മലബാർ ക്രിസ്ത്യൻ കോളേജ് ഹൈസ്കൂൾ മുൻ അദ്ധ്യാപിക ഗ്ലാഡിസ് രാമകൃഷ്ണന്റെയും മകനാണ്. പത്രരൂപകൽപ്പനയിലും, ടൈപ്പോഗ്രഫിയിലും, മൾട്ടിമീഡിയ രംഗത്തും, ആധുനിക സങ്കേതങ്ങൾ പരീക്ഷിച്ച അനൂപ് ഗ്രാഫിക് ഡിസൈനിംഗിലും പുതുമകൾ അവതരിപ്പിച്ചു.

മനോരമ ബുക്സ് പ്രസിദ്ധീകരിച്ച 'എം.ടി. അനുഭവങ്ങളുടെ പുസ്തക'ത്തിന് ദേശീയ പുരസ്കാരം ലഭിച്ചിട്ടുണ്ട്. അനൂപ് രാമകൃഷ്ണൻ ഏകോപനവും രൂപകൽപ്പനയും നിർവ്വഹിച്ച് മനോരമ ബുക്സാണ് പുസ്തകം പുറത്തിറക്കിയത്. 'മരണാനന്തര ബഹുമതി'യായാണ് അനൂപിനെത്തേടി ദേശീയ ചലച്ചിത്ര പുരസ്കാരമെത്തിയത്.

ഭാഗം 8
എം.സി.സി.യിലെ ശ്രദ്ധേയരായ പൂർവ്വ വിദ്യാർത്ഥികളിൽ ചിലർ

175 വർഷത്തെ മലബാർ ക്രിസ്ത്യൻ കോളേജ് സ്കൂളുകളുടെ ചരിത്രത്തിൽ ആയിരക്കണക്കിന് വിദ്യാർത്ഥികൾക്ക് വെളിച്ചം നൽകിയിട്ടുണ്ട്. മലബാർ ക്രിസ്ത്യൻ കോളേജ് സ്കൂളുകളുടെ ചരിത്രത്തിൽ വിവിധ മേഖലകളിൽ വ്യക്തിമുദ്ര പതിപ്പിച്ച ഏതാനും പൂർവ്വ വിദ്യാർത്ഥികളെയാണ് ഞങ്ങൾ ഇവിടെ അവതരിപ്പിക്കുന്നത്. ഈ ലിസ്റ്റ് അപൂർണ്ണമാണ്. വിവിധ മേഖളകളിൽ വ്യക്തിമുദ്ര പതിപ്പിച്ച മുഴുവൻ പൂർവ്വ വിദ്യാർത്ഥികളെയും ഈ ഭാഗത്ത് ഉൾക്കൊള്ളിക്കാൻ കഴിയാത്തതിന് കാരണം സ്ഥലപരിമിതി മാത്രമാണ്. സ്കൂളുകളുടെ പ്രശസ്തിക്ക് കാരണമായ, അഭിമാനങ്ങളായ എല്ലാ പൂർവ്വ വിദ്യാർത്ഥികളെയും ഈ അവസരത്തിൽ പ്രത്യേകം സ്മരിക്കുന്നു.

തോട്ടത്തിൽ രവീന്ദ്രൻ

2000 മുതൽ 2005 വരെ കോഴിക്കോട് കോർപ്പറേഷൻ മേയറായിരുന്നു. 1995-2000 കാലഘട്ടത്തിൽ ഡെപ്യൂട്ടി മേയറായും അദ്ദേഹം സേവനമനുഷ്ഠിച്ചിട്ടുണ്ട്. കോഴിക്കോട് കോർപ്പറേഷൻ മേയറായ ആദ്യഭരണകാലത്ത് സംസ്ഥാനത്തെ മികച്ച കോർപ്പറേഷനുള്ള സംസ്ഥാന സർക്കാരിന്റെ സ്വരാജ് ട്രോഫി നേടി. 2016-ൽ വീണ്ടും കോഴിക്കോട് മുനിസിപ്പൽ കോർപ്പറേഷൻ മേയറായി തിരഞ്ഞെടുക്കപ്പെട്ടു.

2007 മുതൽ 2011 വരെ ഗുരുവായൂർ ദേവസ്വം ബോർഡിന്റെ ചെയർമാനായും രവീന്ദ്രൻ പ്രവർത്തിച്ചിരുന്നു. 2021-ലെ കേരള നിയമസഭാ തെരഞ്ഞെടുപ്പിൽ അദ്ദേഹം കോഴിക്കോട് നോർത്ത് നിയോജകമണ്ഡലത്തിൽ നിന്ന് എം.എൽ.എ. ആയി തിരഞ്ഞെടുക്കപ്പെട്ടു.

പി.വി. അൻവർ

എ.ഐ.സി.സി. അംഗവും സ്വാതന്ത്ര്യസമര സേനാനിയുമായിരുന്ന പി.വി. ഷൗക്കത്തലിയുടെ മകൻ. മലബാർ ക്രിസ്ത്യൻ കോളേജ് ഹൈസ്കൂൾ, എം.ഇ.എസ്. മമ്പാട് കോളേജ് എന്നിവിടങ്ങളിൽ പഠനം. 2016 ലും 2021 ലും നടന്ന തിരഞ്ഞെടുപ്പുകളിൽ 'നിലമ്പൂർ നിയമസഭാമണ്ഡല' ത്തിൽ നിന്ന് കേരള നിയമസഭയിലേക്ക് തിരഞ്ഞെടുക്കപ്പെട്ടു.

ജോയ് മാത്യൂ

നടൻ, എഴുത്തുകാരൻ, സംവിധായകൻ, കേരളത്തിലെ 'കാമ്പസ് തിയേറ്റർ' പ്രസ്ഥാനത്തിന്റെ രൂപീകരണത്തിൽ പ്രധാന പങ്ക് വഹിച്ചു. നാടകം, കവിത, ഓർമ്മ, തിരക്കഥ തുടങ്ങി വിവിധ ശാഖകളിലായി ഇരുപതോളം പുസ്തകങ്ങൾ. 'ശിശു', 'മധ്യധരണ്യാഴി' എന്നീ നാടകങ്ങൾക്ക് 'കേരള സാഹിത്യ അക്കാദമി'യുടെ പുരസ്കാരം രണ്ടു തവണയും 'സങ്കടൽ' എന്ന നാടകത്തിന് 'കേരള സംഗീത നാടക അക്കാദമി അവാർഡും' ലഭിച്ചു. ആദ്യ സംവിധാനസംരംഭമായ 'ഷട്ടർ' എന്ന

സിനിമ അന്താരാഷ്ട്ര ചലച്ചിത്രോത്സവത്തിൽ 'രജതചകോരം' നേടി. നിരൂപകപ്രശംസയും വ്യാപാരവിജയവും ഒരുപോലെ നേടിയെടുത്ത ഷട്ടർ നിരവധി ദേശീയ-അന്തർദേശിയ മേളകളിൽ പ്രദർശിപ്പിക്കുകയും ഏഴോളം ഇന്ത്യൻ ഭാഷകളിൽ പുനർനിർമ്മിക്കപ്പെടുകയുമുണ്ടായി. 'അങ്കിൾ' എന്ന സിനിമയ്ക്ക് മികച്ച കഥയ്ക്കുള്ള 'സംസ്ഥാന അവാർഡ്' ലഭിച്ചു. ജോൺ അബ്രഹാമിന്റെ 'അമ്മ അറിയാൻ' എന്ന ജനകീയ സിനിമയിൽ പ്രധാന കഥാപാത്രമായ പുരുഷനെ അവതരിപ്പിച്ചാണ് ചലച്ചിത്രമേഖലയിൽ പ്രവേശിച്ചത്. തുടർന്ന് മലയാളത്തിന് പുറമെ തമിഴ്, തെലുങ്ക് ഭാഷകളിലായി നൂറിലധികം സിനിമകൾ. ടി.വി.ചന്ദ്രൻ സംവിധാനം ചെയ്ത 'മോഹവലയം' എന്ന ചിത്രത്തിലെ അഭിനയത്തിന് സംസ്ഥാന ഗവൺമെന്റിന്റെ പ്രത്യേക ജൂറി പുരസ്കാരം ലഭിച്ചു.

സതീഷ് ബാബു

എല്ലാ അർത്ഥത്തിലും 'കോഴിക്കോടിന്റെ ആസ്ഥാന ഗായകൻ' എന്ന വിശേഷണം അർഹിക്കുന്ന വ്യക്തിത്വം. കോഴിക്കോട്ടെ ഗാനമേളകളിൽ നിത്യസാന്നിദ്ധ്യമാണ് സതീഷ്ബാബു. ഗാനഗന്ധർവ്വൻ യേശുദാസിന്റെ മനോഹര ഗാനങ്ങൾ പാടുന്നതിൽ അസാധാരണ വൈഭവം സതീഷ് ബാബുവിനുണ്ടായിരുന്നു. പാടിയതെല്ലാം ഇമ്പമാർന്ന ഗാനങ്ങൾ. അഞ്ചുപതിറ്റാണ്ടിനിടയിൽ കെ. സതീഷ് ബാബുവിന്റെ സ്വരമാധുരി പെയ്തിറങ്ങിയത് എണ്ണിയാലൊടുങ്ങാത്ത വേദികളിൽ.

1971ൽ വൈ.എം.സി.എ. ഹാളിൽ നടന്ന ഒരു വിവാഹച്ചടങ്ങിൽ പാടിക്കൊണ്ടായിരുന്നു സതീഷിന്റെ തുടക്കം. 'വെള്ളിക്കുട കീഴെ അല്ലിക്കുട കീഴെ' എന്ന ആ ഗാനം ആലപിച്ചപ്പോൾ വൻ പ്രോത്സാഹനമാണ് അദ്ദേഹത്തിന് കിട്ടിയത്. 1979-ൽ 'സന്നാഹം' എന്ന ചിത്രത്തിൽ ഒ.എൻ.വി. രചിച്ച്, കണ്ണൂർ രാജൻ സംഗീതം പകർന്ന 'ആ മലയിൽ ഈ മലയിൽ പറന്നിറങ്ങി ആയിരം മേഘങ്ങൾ' എന്ന പാട്ട് പാടിയാണ് സതീഷ് സിനിമാരംഗത്തേക്ക് കടന്നുവരുന്നത്.

മെല്ലെ നീ മെല്ലെ..(ധീര), ആ മുഖം കണ്ടനാൾ (യുവജനോത്സവം), മുത്തുക്കുട ചൂടി നീ വാ (ഒന്നാനാം കുന്നിൽ ഓരടികുന്നിൽ), മഴവിൽക്കൊടിപോലെ (ഇത്രമാത്രം), ദേവദുന്ദുഭി (എന്നെന്നും കണ്ണേട്ടന്റെ), ശിശിരമേ നീ ഇതിലെ വാ (പട്ടണപ്രവേശം)... ആസ്വാദകമനസ്സുകളിൽ കോഴിക്കോടിന്റെ ഈ പാട്ടുകാരനെ അടയാളപ്പെടുത്തിയ എത്രയെത്ര പാട്ടുകൾ. 25 സിനിമകൾ. അതിൽ 28 പാട്ടുകൾ. സതീഷ്ബാബു ഏറ്റവും കൂടുതൽ പാടിയത് സംഗീത സംവിധായകൻ രഘുകുമാറിന്റെ

ഗാനങ്ങളായിരുന്നു. മലയാളത്തിലെ പ്രഗത്ഭരായ ഗാനരചയിതാക്കളുടെയും, സംഗീത സംവിധായകരുടെയും ഗാനങ്ങൾ ആലപിക്കാനുള്ള അവസരം അദ്ദേഹത്തിന് ലഭിച്ചു.

പ്രൊഫ. ജയപ്രകാശ് രാഘവയ്യ

ബാസൽ മിഷന്റെ കീഴിൽ മലബാറിന്റെ വ്യാവസായികവൽക്കരണത്തെക്കുറിച്ച് ശ്രദ്ധേയമായ പഠനങ്ങൾ നടത്തിയ ചരിത്ര ഗവേഷകനാണ് പ്രൊഫ. ജയപ്രകാശ് രാഘവയ്യ. സാമ്പത്തിക ചരിത്രത്തിന് പുറമെ ഫാക്ടറികൾ മലബാറിലുണ്ടാക്കിയ സാമൂഹികമായ മാറ്റങ്ങളെക്കുറിച്ചും അദ്ദേഹം ശ്രദ്ധേയമായ നിരീക്ഷണങ്ങൾ മുന്നോട്ടുവെച്ചു. നിരവധി അക്കാദമിക പദവികളും അദ്ദേഹം അലങ്കരിച്ചിട്ടുണ്ട്. ഗൊഹാട്ടിയിലെ 'ഇന്ത്യൻ ഇൻസ്റ്റിറ്റ്യൂട്ട് ഓഫ് ബാങ്ക് മാനേജ്മെന്റി'ൽ പ്രൊഫസറായിരുന്നു. 'ബാസൽ മിഷൻ ഇൻഡസ്ട്രീസ് ഇൻ മലബാർ ആന്റ് സൗത്ത് കാനറ' (1834-1914) ബാസൽ മിഷന്റെ വ്യാവസായിക പ്രവർത്തനങ്ങളെക്കുറിച്ചുള്ള ആധികാരിക ഗ്രന്ഥമാണ്. ഇതിനു പുറമെ 'ഫെയിത്ത് ആന്റ് ഇൻഡസ്ട്രിയൽ റിഫോർമേഷൻ' അതിന്റെ തന്നെ മലയാള പരിഭാഷാ ഗ്രന്ഥമായ 'വിശ്വാസവും വ്യാവസായിക നവീകരണവും' എന്നീ ഗ്രന്ഥങ്ങളും അദ്ദേഹത്തിന്റേതായിട്ടുണ്ട്.

സവിത് ബി. പ്രഭു

1999 ൽ സംസ്ഥാനതലത്തിൽ 12-ാം റാങ്കോടുകൂടി എസ്.എസ്.എൽ.സി. പരീക്ഷയിൽ വിജയം കരസ്ഥമാക്കി. കോഴിക്കോട് മെഡിക്കൽ കോളേജിൽ നിന്നും എം.ബി.ബി.എസും, ഓൾ ഇന്ത്യാ ഇൻസ്റ്റിറ്റ്യൂട്ട് ഓഫ് മെഡിക്കൽ സയൻസിൽ നിന്ന് പാത്തോളജിയിൽ എം.ഡി. ഗോൾഡ് മെഡലോടുകൂടി കരസ്ഥമാക്കി. തുടർന്ന് പോസ്റ്റ് ഡോക്ടറൽ റിസർച്ച് ബിരുദങ്ങൾ നാഷണൽ ഇൻസ്റ്റിറ്റ്യൂട്ട് ഓഫ് ഇമ്മ്യൂണോളജി ന്യൂഡൽഹി, ജോൺ കെർട്ടിൻ സ്കൂൾ ഓഫ് മെഡിക്കൽ റിസർച്ച് കാൻബറ, ആസ്ട്രേലിയ എന്നീ സ്ഥലങ്ങളിൽ നിന്ന്. ട്രാൻസ്‌ലേഷണൽ നാഷണൽ ഹെൽത്ത് സയൻസ് ആന്റ് ടെക്നോളജി

ഇൻസ്റ്റിറ്റ്യൂട്ടിലും, വെല്ലൂർ ക്രിസ്ത്യൻ മെഡിക്കൽ കോളേജിലും സേവന മനുഷ്ഠിച്ചു. ഇപ്പോൾ കൺസൾട്ടന്റ് പാത്തോളജിസ്റ്റായി ലഖ്നൗവിൽ പ്രവർത്തിക്കുന്നു.

രോഹിത് നാരായണൻ

2000ൽ എസ്.എസ്.എൽ.സി പൂർത്തിയാക്കി. മൈസൂർ സർവകലാശാലയിൽ ഫിസിക്സിൽ ഇന്റഗ്രേറ്റഡ് പിജി പഠിക്കാൻ സ്കോളർഷിപ്പ് ലഭിച്ചു. പിഎച്ച്ഡി പ്രോഗ്രാമിനായി ജർമ്മനിയിൽ ഹൈഡൽബർഗ് ഗ്രാജ്വേറ്റ് സ്കൂൾ ഓഫ് ഫണ്ടമെന്റൽ ഫിസിക്സിൽ ചേർന്നു. 'കണികാ ഭൗതിക ലബോറട്ടറി'യായ CERN-ൽ ലാർജ് ഹാഡ്രോൺ പരീക്ഷണം ആരംഭിച്ച ഈ കാലഘട്ടത്തിൽ, അദ്ദേഹം ATLAS പരീക്ഷണത്തിന്റെ ഭാഗമായിരുന്നു. പിഎച്ച്ഡി പൂർത്തിയാക്കിയ ശേഷം, യുഎസിലെ ഓസ്റ്റിനിലുള്ള ടെക്സസ് യൂണിവേഴ്സിറ്റിയിൽ നിന്നും, ഡാളസിലെ സതേൺ മെത്തഡിസ്റ്റ് യൂണിവേഴ്സിറ്റിയിൽ നിന്നും പോസ്റ്റ് ഡോക്ടറൽ ഫെല്ലോഷിപ്പ് നേടി. ഇപ്പോൾ യുഎസിലെ സിറ്റി ബാങ്കിൽ വൈസ് പ്രസിഡന്റായി ജോലി ചെയ്യുന്നു.

പൊറ്റങ്ങാടി കിഷൻചന്ദ്

കോഴിക്കോട് കോർപ്പറേഷൻ മുൻ ഡെപ്യൂട്ടി മേയർ, കൗൺസിലർ. പൂർവ്വ വിദ്യാർത്ഥി സംഘാടകരിൽ പ്രധാനി. 26 വർഷം കോഴിക്കോട് കോർപ്പറേഷൻ കൗൺസിലറായി. 2016-ൽ ഏറ്റവും മികച്ച കൗൺസിലർക്കുള്ള 'എം.പി.പത്മനാഭൻ മെമ്മോറിയൽ സ്റ്റേറ്റ് അവാർഡ്' ലഭിച്ചിട്ടുണ്ട്. ജനകീയ പ്രശ്നങ്ങളിൽ ഫലപ്രദമായി ഇടപെടുന്ന കിഷൻചന്ദ് സൗമ്യതയുടെ പ്രതീകമായിരുന്നു. 2016-ൽ എലത്തൂർ നിയോജകമണ്ഡലത്തിൽ നിന്നും കേരള നിയമസഭയിലേക്ക് മത്സരിച്ചിരുന്നു. മികച്ച സഹകാരിയും കൂടിയായിരുന്നു കിഷൻചന്ദ്.

തേജ് മെർവിൻ

ചലച്ചിത്ര സംഗീത സംവിധായകനാണ് തേജ് മെർവിൻ. മഴനൂൽ കനവ്, പ്രജാപതി, വർഗ്ഗം, മഹാരാജാ ടാക്കീസ്, പ്ലാറ്റ്ഫോം നമ്പർ 1, പള്ളിക്കൂടം, താന്തോന്നി, പറയാൻ ബാക്കിവെച്ചത്, പ്രണയം,

ബാംബൈ ബോയ്സ്, ചെറിയ കള്ളനും വലിയ പോലീസും തുടങ്ങി നിരവധി ചിത്രങ്ങളുടെ സംഗീത സംവിധാനം നിർവ്വഹിച്ചിട്ടുണ്ട്. പ്രശസ്ത ഗായകരുടെ ഗാനമേളകൾക്ക് ഓർക്കസ്ട്രേഷൻ ഒരുക്കിയിട്ടുണ്ട്.

പി.ഐ.സുവിത്രൻ ഐ.എ.എസ്.

1964-ൽ എസ്.എസ്.എൽ.സി കഴിഞ്ഞു. 1972-ൽ ഇന്ത്യൻ അഡ്മിനിസ്ട്രേറ്റീവ് സർവ്വീസിൽ ചേർന്നു. അമേരിക്കയിലെ 'ഫുൾ ബ്രൈറ്റ്' സ്കോളറായിരുന്നു. 40 വർഷത്തോളം ഹിമാചൽപ്രദേശിലും ഡൽഹിയിലും സേവനമനുഷ്ഠിച്ചു. 2011-ൽ 'ഫുഡ് സേഫ്റ്റി ആന്റ് സ്റ്റാന്റേർഡ്സ് അതോറിറ്റി ഓഫ് ഇന്ത്യ'യുടെ ആദ്യത്തെ ചെയർ പേഴ്സണായി നിയമിതനായി.

ഗോപിനാഥ് ഐ.എഫ്.എസ്.

1970-ൽ എസ്.എസ്.എൽ.സി. കഴിഞ്ഞു. 1979-ൽ ഇന്ത്യൻ ഫോറസ്റ്റ് സർവ്വീസിൽ ചേർന്നു. 2014-ൽ കേരളത്തിന്റെ ഫോറസ്റ്റ് ഫോഴ്സിന്റെ തലവനായി. 'പ്രിൻസിപ്പൾ ചീഫ് കൺ സർവേറ്റർ ഓഫ് ഫോറസ്റ്റ്' ആയി വിരമിച്ചു.

ജയൻ ബിലാത്തിക്കുളം

'വാസ്തുശില്പരംഗത്ത്' 25 വർഷത്തിലേറെയായി പ്രവർത്തിക്കുന്നു. തകർന്നുകിടക്കുന്ന കെട്ടിടങ്ങളെയും വീടുകളെയും പല വസ്തുക്കൾ ഉപയോഗിച്ചുകൊണ്ട് മനോഹരമായി പുനർനിർമ്മിക്കുന്നതിൽ വിദഗ്ധൻ. കോഴിക്കോട്ടും, കണ്ണൂരും, കൊച്ചിയിലും സ്റ്റുഡിയോകളും, ആർട്ട് ഗ്യാലറികളും പ്രവർത്തിക്കുന്നു. വാസ്തുശില്പവുമായി ബന്ധപ്പെട്ട് ആധികാരിക ഗ്രന്ഥങ്ങൾ രചിച്ചിട്ടുണ്ട്. 'ഫെങ്ഷോ', 'നിങ്ങളുടെ സ്വപ്നവീട്' എന്നിവയാണ് പ്രധാന ഗ്രന്ഥങ്ങൾ.

ജോൺസ് മാത്യു

ശില്പിയും, ചിത്രകാരനും. 'ഇന്ത്യൻ റാഡിക്കൽ പെയിന്റേഴ്സ് ആന്റ് സ്കൾപ്ട്രേഴ്സ് അസോസിയേഷൻ' മെംബറുമാണ്.

'ഏകാംഗ ചിത്ര പ്രദർശനങ്ങൾ': 'Living space' തിനൊസ് ദ്വീപ്, ഗ്രീസ് 2001, 'Journey Inward' ദർബാർ ഹാൾ ആർട് ഗാലറി, എറണാകുളം 2002, 'journey inward' കോഴിക്കോട് ആർട് ഗാലറി 2003, 'പ്രൈമവേര' അംബാര ആർട് ഗാലറി, ബാംഗളൂർ 2003, 'ബോധം' ലളിതകല അക്കാദമി ആർട് ഗാലറി, തൃശ്ശൂർ 2005,

'ജലം, മരം മറ്റു ചിത്രങ്ങളും' ദർബാർ ഹാൾ ആർട് ഗാലറി, എറണാകുളം 2007, 'കളവുകളുടെ പരിശീലനം' കോഴിക്കോട് ആർട് ഗാലറി 2019.

സംഘ ചിത്രപ്രദർശനങ്ങൾ: എറണാംകുളം, കോഴിക്കോട്, ബാംഗളൂർ, ബറോഡ, എഡിൻബറ (സ്കോട്ലന്റ്), 'ശിൽപ നഗരം' കരിങ്കൽ ശിൽപ പദ്ധതി, കോഴിക്കോട് 2012, 'ശിൽപ നിർമ്മാണം' ബാസ്റ്റൺ ബംഗ്ലാവ്, ഫോർട് കൊച്ചി 2013, സീനിയർ ആർട്ടിസ്റ്റ് ചിത്രകലാ കാംപ് AIFACS, ഡൽഹി 2011, സീനിയർ ആർട്ടിസ്റ്റ് ചിത്രകലാ കാംപ്, റീജിയണൽ സെന്റർ, ചെന്നൈ 2011

കമ്മിഷൻ ആർട്: 'ഖസാക്കിന്റെ ഇതിഹാസം' കരിങ്കൽ ശിൽപങ്ങളുടെ ഓപ്പൺ മ്യൂസിയം, തസറാക്ക്, പാലക്കാട് 2013,

പ്രസിദ്ധീകരണങ്ങൾ: 'ലോകാന്തരങ്ങളിൽ' (നഗരം പേജ്) യാത്രാനുഭവങ്ങൾ, മാതൃഭൂമി പത്രം 2017 - 18

സുനിൽ അശോകപുരം

ചിത്രകാരൻ. കോഴിക്കോട്ടെ യൂണിവേഴ്സൽ സ്കൂൾ ഓഫ് ആർട്സിൽ നിന്ന് ചിത്രകല പഠിച്ചു. 1994-96 കോഴിക്കോട് ലളിതകലാ അക്കാദമി ആർട്ട് ഗ്യാലറി, 2011-ൽ 'ഫേസസ് ഓഫ് സഫറിംഗ്' എന്ന പേരിൽ മലപ്പുറം അക്കാദമി ആർട്ട് ഗ്യാലറി, 2019-ൽ കോഴിക്കോട് ലളിതകലാ അക്കാദമിയിൽ 'ബ്രാൻഡ് വൺ മാൻ ഷോ', 2021-ൽ ആലപ്പുഴയിലെ 'ലോകമേ തറവാട്' എന്നിവയാണ്

പ്രധാന പ്രദർശനങ്ങൾ. ഇന്ത്യയുടെ വിവിധ ഭാഗങ്ങളിൽ ഗ്രൂപ്പ് എക്സിബിഷനുകൾ നടത്തിയിട്ടുണ്ട്. വാഗമണിൽ 'കലാകാരൻ വർഗീയതക്കെതിരെ' എന്ന ആശയത്തെ ആസ്പദമാക്കി 'കലാ ക്യാമ്പ്' സംഘടിപ്പിച്ചു. 1990-ൽ എ.സി.കെ. രാജാ ഗോൾഡ് മെഡൽ, 1995-ലെ 'കേരള ലളിതകലാ അക്കാദമി അവാർഡ്' എന്നിവയാണ് പ്രധാന പുരസ്കാരങ്ങൾ. മലയാള മനോരമ, ദേശാഭിമാനി, മാധ്യമം, ഭാഷാപോഷിണി എന്നീ പ്രസിദ്ധീകരണങ്ങൾക്കായി നിരവധി രേഖാചിത്രങ്ങൾ രചിച്ചിട്ടുണ്ട്. 1990, 97, 2000, 06, 09, 12 വർഷങ്ങളിൽ ലളിതകലാ അക്കാദമിയുടെ കലാക്യാമ്പുകളിൽ പങ്കെടുത്തിട്ടുണ്ട്.

കെ.കെ.സന്തോഷ്

സീനിയർ ചീഫ് ന്യൂസ് ഫോട്ടോഗ്രാഫർ, മാതൃഭൂമി, കോഴിക്കോട് 1994 ൽ മാതൃഭൂമിയിൽ ചേർന്നു. തൃശ്ശൂർ, മലപ്പുറം യൂണിറ്റുകളിൽ പ്രവർത്തിച്ചിട്ടുണ്ട്. ഇപ്പോൾ കോഴിക്കോട് മാതൃഭൂമിയിൽ സീനിയർ ചീഫ് ന്യൂസ് ഫോട്ടോഗ്രാഫറാണ്.

അവാർഡുകളും അംഗീകാരങ്ങളും

1. കേരള സർക്കാറിന്റെ 2005 ലെ മികച്ച വാർത്താചിത്രത്തിനുള്ള അവാർഡ്. 2 വിക്ടർ ജോർജ്ജ് സ്മാരകട്രസ്റ്റിന്റെ ന്യൂസ് ഫോട്ടോ അവാർഡ്-2006. 3. കാലിക്കറ്റ് പ്രസ് ക്ലബ്ബിന്റെ മുഷ്താഖ് സ്പോർട്സ് ഫോട്ടോഗ്രാഫി അവാർഡ്-2006. 4. ഹർത്താലിനെതിരായ സേവ് കേരള മീഡിയ അവാർഡ് 2009. 5. കേരള സ്കൂൾ കലോത്സവം മാധ്യമ അവാർഡ് 2010. 6. നാഷണൽ ചൈൽഡ് ഡവലപ്മെന്റ് കൗൺസിൽ അവാർഡ് 2010. 7. തിരുവനന്തപുരം പ്രസ് ക്ലബ്ബിന്റെ ന്യൂസ് ഫോട്ടോഗ്രാഫി അവാർഡ്- 2016 8. കേരള സർക്കാറിന്റെ 2021 ലെ മികച്ച വാർത്താചിത്രത്തിനുള്ള അവാർഡ്.

1997, 2001, 2007, 2022 നാഷണൽ ഗെയിംസുകളും 1998, 2002 സന്തോഷ് ട്രോഫിയും മാതൃഭൂമിക്കായി കവർ ചെയ്തിട്ടുണ്ട്. 2004-ൽ പാകിസ്ഥാനിൽ നടന്ന സാഫ് ഗെയിംസിൽ മാതൃഭൂമി ദിനപത്രത്തെ പ്രതിനിധീകരിച്ച് പങ്കെടുത്തു. ഇതിനു പുറമെ 2008ൽ പൂനെയിൽ നടന്ന കോമൺവെൽത്ത് യൂത്ത് ഗെയിംസ്, 2010ൽ ഡൽഹിയിൽ നടന്ന

കോമൺവെൽത്ത് ഗെയിംസ്, 2023 ൽ ചൈനയിലെ ഹാങ്ങ്ചൗവിൽ നടന്ന ഏഷ്യൻ ഗെയിംസ് എന്നിവയും കവർ ചെയ്തിട്ടുണ്ട്.

എം.ടി.വാസുദേവൻ നായരെക്കുറിച്ചുള്ള 'കാലം - കാഴ്ച' എന്ന പേരിൽ 2017 ലും 2023 ലും ഫോട്ടോ പ്രദർശനം നടത്തിയിട്ടുണ്ട്.

പി.കെ.സുനിൽകുമാർ

'കോഴിക്കോടിന്റെ ഗായകൻ' എന്ന പേരിൽ അറിയപ്പെടുന്ന ചലച്ചിത്ര പിന്നണി ഗായകൻ. കെ.എസ്.ചിത്രയുടെ കൂടെ ഗാനങ്ങൾ ആലപിച്ചിട്ടുണ്ട്. 2020ലെ മികച്ച ഗായകനുള്ള 'ഫിലിം ക്രിട്ടിക്സ് അവാർഡ്' ജേതാവ്. ഇതിനു പുറമെ 'ഏഷ്യാനെറ്റ് യംഗ് ടാലന്റ് അവാർഡ്', 'വയലാർ അവാർഡ്', 'മുഹമ്മദ് റാഫി ഫൗണ്ടേഷൻ അവാർഡ്', 'രാജു പിലാക്കാട്ട് അവാർഡ്' എന്നിങ്ങനെ എണ്ണമറ്റ അവാർഡുകൾ സുനിൽകുമാറിനെ തേടിവന്നിട്ടുണ്ട്. ഗാനമേളകൾക്കായി അമേരിക്കയിലും ഗൾഫ് രാജ്യങ്ങളിലും നിരവധി തവണ സന്ദർശിച്ചിട്ടുണ്ട്. മലയാളത്തിലെ വിഖ്യാതരായ സംഗീത ഗായകർ, സംഗീത സംവിധായകർ, ഗാനരചയിതാക്കൾ എന്നിവരോടൊപ്പം പ്രവർത്തിച്ചിട്ടുണ്ട്. 60 ഓളം ചലച്ചിത്രങ്ങളിൽ ഗാനങ്ങൾ ആലപിച്ചിട്ടുണ്ട്.

സുനിൽ ഒയാസിസ്

ക്രിക്കറ്റ് രംഗത്ത് മലബാർ ക്രിസ്ത്യൻ കോളേജ് ഹൈസ്കൂളിന്റെ ഏറ്റവും വലിയ സംഭാവന. 1993 നും 2005 നുമിടയിൽ സുനിൽ കേരളത്തിനു വേണ്ടി 74 ഫസ്റ്റ് ക്ലാസ് മത്സരങ്ങൾ കളിച്ചു. 3906 റൺസ്- അതിൽ ആറു സെഞ്ച്വറികൾ, 24 അർദ്ധ സെഞ്ച്വറികൾ, 89 വിക്കറ്റുകൾ. രഞ്ജി ട്രോഫിയിൽ കേരളത്തിന്റെ ക്യാപ്റ്റനായിരുന്നു. ഫസ്റ്റ് ക്ലാസ് മത്സരങ്ങൾക്ക് പുറമെ 73 ലിസ്റ്റ് എ മത്സരങ്ങളിലും പങ്കെടുത്തിട്ടുണ്ട്. 2008-ൽ 'ഹോങ്കോങ്ങ് ക്രിക്കറ്റ് സിക്സസിലും' പങ്കെടുത്തു.

ഐശ്വര്യ കല്യാണി

മലബാർ ക്രിസ്ത്യൻ കോളേജ് ഹയർ സെക്കൻഡറി സ്കൂളിൽ 2004-2005 അധ്യയന വർഷം മുതൽ പെൺകുട്ടികൾക്ക് പ്രവേശനം അനുവദിക്കപ്പെട്ടു. 20007 കോമേഴ്സ് ബാച്ചിലെ വിദ്യാർത്ഥിനിയാണ് പിന്നണി ഗായികയായ ഐശ്വര്യ കല്യാണി. പ്രശസ്ത ഹിന്ദുസ്ഥാനി

സംഗീതജ്ഞനായ പണ്ഡിറ്റ് രമേശ് നാരായണന്റെ വിദ്യാർത്ഥിനിയാണ്. നിരവധി ഭക്തിഗാന ആൽബങ്ങളിലും മറ്റ് ആൽബങ്ങളിലും മലയാളം, തമിഴ്, തെലുങ്ക്, ഹിന്ദി പാട്ടുകൾ പാടിയിട്ടുണ്ട്. രവീന്ദ്രൻ മാസ്റ്റർ, ഗിരീഷ് പുത്തഞ്ചേരി, തേജ് മെർവിൻ, എസ്.രമേശൻ നായർ എന്നിവരുമായി ചേർന്ന് പ്രവർത്തിച്ചിട്ടുണ്ട്. 'രണ്ടാം മുഖം', 'യാത്രയിൽ സംഭവിച്ചത്", 'മാറാത്ത നാട്" എന്നീ സിനിമകളിൽ ഗാനങ്ങൾ ആലപിച്ചിട്ടുണ്ട്.

അഞ്ജു ശ്യാംപ്രസാദ്

പ്രൊഫഷണൽ നർത്തകിമാരുടെ കുടുംബത്തിൽ ജനിച്ച അഞ്ജു ശ്യാംപ്രസാദ് ചെറുപ്പം മുതലേ അച്ഛന്റെ മാർഗനിർദേശപ്രകാരം നൃത്തം പഠിച്ചുതുടങ്ങി. ആർഎൽവി കോളേജിൽ നിന്ന് ഭരതനാട്യത്തിൽ രണ്ടാം റാങ്കോടെ ബിരുദവും ബിരുദാനന്തര ബിരുദവും പൂർത്തിയാക്കി. വിവിധ സിനിമാ കലാകാരന്മാർക്കൊപ്പം വേദി പങ്കിട്ട അഞ്ജുവിന് കേരള സർക്കാരിന്റെ വജ്രജൂബിലി ഫെലോഷിപ്പ് ലഭിച്ചിട്ടുണ്ട്. റിമ കല്ലിങ്കലിന്റെ കൊച്ചിയിലെ 'മാമാങ്കം' സ്റ്റുഡിയോയിലെ ടീച്ചറും കൊറിയോഗ്രാഫറും ടീം അംഗവുമാണ്. നൃത്ത കലാക്ഷേത്ര നൃത്ത സ്ഥാപനം നടത്തിവരുന്നു. നിരവധി യൂട്യൂബ് ചാനലുകളിലും വാർത്താ ചാനലുകളിലും അവതാരകയായി പ്രവർത്തിച്ചു വരുന്നു.

സുബോധ് സി കെ

2008-ൽ ഹയർ സെക്കണ്ടറി പൂർത്തിയാക്കി. സംഗീത സംവിധായകൻ, ഗാനരചയിതാവ്, കീബോർഡ് ആർട്ടിസ്റ്റ് എന്നീ നിലകളിൽ പ്രശസ്തനാണ് സുബോധ് സി കെ. കേരളത്തിലും പുറത്തുമായി പ്രശസ്ത ഗായകർ പങ്കെടുത്ത സംഗീതപരിപാടികളിൽ കീബോർഡ് വായിച്ചിട്ടുണ്ട്. തെന്നിന്ത്യയിലെ പ്രശസ്ത പിന്നണി ഗായകരായ അനുരാധ ശ്രീറാം, മധു ബാലകൃഷ്ണൻ, നിഷാദ്, സുന്ദർ റാം, സുദീപ്, രഞ്ജിനി ജോസ്, ഉണ്ണിമേനോൻ, അഭിജിത്, ചെങ്ങന്നൂർ ശ്രീകുമാർ, സിനോവ്, കണ്ണൂർ ഷെരീഫ് തുടങ്ങി പിന്നണി ഗായകർ ആലപിച്ച നിരവധി പാട്ടുകൾ സുബോധിന്റെ സംഗീതത്തിൽ

പുറത്തിറങ്ങിയിട്ടുണ്ട്. ജേർണി ടു ദ ഗോൾ, ബോൺസായ്, കുട്ടന്റെ ഓണം, പെയ്തൊഴിയാതെ തുടങ്ങി പത്തിൽ അധികം ഷോർട്ട് ഫിലിമുകൾക്കു സംഗീതം ചെയ്തിട്ടുണ്ട്. 2023 ൽ സുബോധിന്റെ സംഗീത സംവിധാനത്തിൽ പിന്നണി ഗായകനും സംവിധായകനും നടനുമായ വിനീത് ശ്രീനിവാസൻ പാടിയ 'Let's Play-Song for Playground' പുറത്തിറങ്ങിയിട്ടുണ്ട്.

ഫസൽ ഇംതിയാസ്

2018-20 വർഷത്തിലെ ഹയർ സെക്കൻഡറി കോമേഴ്സ് വിദ്യാർത്ഥി ഫസൽ ഇംതിയാസിന് സ്വിറ്റ്സർലാന്റിൽ വെച്ച് നടന്ന 11-ാമത് 'FIG അക്രോബാറ്റിക് ജിംനാസ്റ്റിക് വേൾഡ് ചാമ്പ്യൻ ഷിപ്പി'ൽ പങ്കെടുക്കുവാൻ അവസരം ലഭിച്ചു.

ഭാഗം 9
എം.സി.സി.യുടെ ഫുട്ബാൾ പാരമ്പര്യം

കൊളോണിയൽ മലബാറിലെ മധ്യവർഗ്ഗം, വിശ്രമസംസ്കാരം, യൂറോപ്യൻ കായികരൂപങ്ങൾ

പരമ്പരാഗത കേരളീയ സമൂഹത്തിൽ ആധുനികതയുടെ പ്രതീകങ്ങളായിട്ടാണ് യൂറോപ്യൻ കായികരൂപങ്ങൾ പ്രവേശിച്ചത്. ബ്രിട്ടീഷുകാരുടെ രാഷ്ട്രീയ മേൽക്കോയ്മയെയും സാമ്പത്തിക നയങ്ങളെയും നഖശിഖാന്തം എതിർത്ത കോളനി നിവാസികൾ ബ്രിട്ടീഷുകാർ ഇന്ത്യക്ക് പരിചയപ്പെടുത്തിയ അഥവാ മലബാറിന് പരിചയപ്പെടുത്തിയ കായികരൂപങ്ങളെ വളരെ പെട്ടെന്ന് സ്വീകരിച്ചു. അങ്ങനെ യൂറോപ്യൻ കായികരൂപങ്ങളായ ഫുട്ബാൾ, ഹോക്കി, ക്രിക്കറ്റ്, ടെന്നീസ്, ബാസ്ക്കറ്റ്ബാൾ, ബാഡ്മിന്റൺ ഇവയെല്ലാം കോളനിവാസികളുടെ അഥവാ കീഴടക്കപ്പെട്ട ജനങ്ങളുടെ പ്രിയപ്പെട്ട കായികരൂപങ്ങളായി മാറി.

മലബാറിലെ പ്രധാന ബ്രിട്ടീഷ് കേന്ദ്രങ്ങളായ കോഴിക്കോട്, കണ്ണൂർ, തലശ്ശേരി, പാലക്കാട്, മലപ്പുറം, സുൽത്താൻ ബത്തേരി ഇവിടങ്ങളെ കേന്ദ്രീകരിച്ചുകൊണ്ട് യൂറോപ്യൻ കായികരൂപങ്ങൾ കൊളോണിയൽ ഭരണത്തിൽ രൂപംകൊണ്ട് മധ്യവർഗ്ഗത്തിന്റെ ഇഷ്ട കായികരൂപങ്ങളായി മാറി. ബ്രിട്ടീഷ് ഭരണകാലത്ത് വികാസംപ്രാപിച്ച 'വിശ്രമ സംസ്കാരം' (Leisure Culture) ഈ കായികരൂപങ്ങളുടെ വികാസത്തിന് അനുകൂലമായ അന്തരീക്ഷം സൃഷ്ടിച്ചു. ബ്രിട്ടീഷ് കായികരൂപങ്ങളെ ജനപ്രിയമാക്കുന്നതിൽ ബാസൽ മിഷനറിമാർ സ്ഥാപിച്ച വിദ്യാഭ്യാസ കേന്ദ്രങ്ങൾ, സ്കൂളുകൾ, കോളേജുകൾ, സുപ്രധാന പങ്കുവഹിച്ചു. മിഷനറിമാരുടെ മലബാർ ക്രിസ്ത്യൻ കോളേജ് ഹൈസ്കൂൾ ഏറ്റെടുത്ത കായികരൂപങ്ങളിൽ പ്രധാനപ്പെട്ടത് ഫുട്ബാളും ഹോക്കിയുമായിരുന്നു. ഇതിൽത്തന്നെ ഫുട്ബാൾ ക്രിസ്ത്യൻ കോളേജ് ഹൈസ്കൂളിന്റെ അവിഭാജ്യഘടകമായി മാറി.

എം.സി.സി.യുടെ ഫുട്ബാൾ പാരമ്പര്യം

ലോകത്തിലെ ഏറ്റവും ജനപ്രിയ കായികരൂപമായ ഫുട്ബാളിന്റെ പ്രിയപ്പെട്ട ഭൂമികയായിരുന്നു മലബാർ ക്രിസ്ത്യൻ കോളേജ് ഹൈസ്കൂൾ. അന്നും ഇന്നും സ്കൂളിൽ ഓരോ വിദ്യാർത്ഥിയുടെയും ജീവിതത്തിന്റെ അവിഭാജ്യ ഘടകമാണ് ഫുട്ബാൾ. മലബാർ ക്രിസ്ത്യൻ കോളേജ് ഹൈസ്കൂളിനെ അടയാളപ്പെടുത്തിയിരുന്ന പ്രധാന മാധ്യമങ്ങളിലൊന്ന് ഫുട്ബാളായിരുന്നു. ഇന്ത്യയെയും കേരളത്തെയും കോഴിക്കോടിനെയും പ്രതിനിധീകരിച്ചിരുന്ന നിരവധി പ്രശസ്തരായ ഫുട്ബാൾ താരങ്ങൾക്ക് സ്കൂൾ ജന്മം നൽകി. കോഴിക്കോടൻ ഫുട്ബാൾ കഥകളുടെ ഭാഗമായിരുന്നു മലബാർ ക്രിസ്ത്യൻ കോളേജ് ഹൈസ്കൂളും, സെന്റ് ജോസഫ്സ് ബോയ്സ് ഹൈസ്കൂളും തമ്മിലുള്ള വാർഷിക ഫുട്ബാൾ മത്സരങ്ങൾ. ഇന്ന് ആൺകുട്ടികളുടെ ഫുട്ബാൾ ടീമിനു പുറമെ പെൺകുട്ടികളുടെ ഫുട്ബാൾ ടീമും സ്കൂളിലുണ്ട്. ഹൈസ്കൂളിന്റെ സംഭാവനകളായ, അഭിമാനങ്ങളായ, ഫുട്ബാൾ താരങ്ങളെ പരിചയപ്പെടുത്തുന്ന കുറിപ്പാണ് ഇത്.

ഇന്റർനാഷണൽ താരങ്ങളെയും സന്തോഷ് ട്രോഫിക്കു വേണ്ടി കേരളത്തെയും വിവിധ സംസ്ഥാനങ്ങളെയും പ്രതിനിധീകരിച്ചവരെ മാത്രമേ ഈ ഭാഗത്ത് ഉൾപ്പെടുത്താൻ സാധിച്ചിട്ടുള്ളൂ. ഇതിനു പുറമെ ഇന്ത്യയിലെ വിവിധ ഫുട്ബാൾ ക്ലബ്ബുകൾക്കും കോഴിക്കോട് സർവ്വകലാശാലക്കും മറ്റു സർവ്വകലാശാലകൾക്കും കോഴിക്കോട് ജില്ലക്കും വേണ്ടി വിവിധ വിഭാഗങ്ങളിൽ കളിച്ച നിരവധി ഫുട്ബാൾ താരങ്ങളുണ്ട്. സ്ഥലപരിമിതി കൊണ്ട് അവരെയൊന്നും ഉൾപ്പെടുത്താൻ സാധിച്ചിട്ടില്ല. ഇക്കാര്യത്തിൽ ഞങ്ങൾക്കുള്ള ഖേദം അറിയിക്കട്ടെ.

കെ.പി.സേതുമാധവൻ

ഇന്ത്യയുടെ എക്കാലത്തേയും മികച്ച ഗോൾ കീപ്പർ. 1961-ൽ കോഴിക്കോട് നടന്ന സന്തോഷ് ട്രോഫിയിൽ ഒരു ബോൾ പിക്കറായിട്ടാണ് സേതുമാധവൻ തന്റെ ഫുട്ബാൾ ജീവിതം ആരംഭിക്കുന്നത്. ഇന്ത്യൻ ജൂനിയർ, സീനിയർ ടീമുകളിൽ കളിച്ചിട്ടുണ്ട്. മൂന്നു പ്രാവശ്യം കേരള ജൂനിയർ ടീമിനെയും അഞ്ചു പ്രാവശ്യം കേരള സീനിയർ ടീമിനെയും പ്രതിനിധീകരിച്ചു. 1971, 72, 73, 74, 75, 79 'സന്തോഷ് ട്രോഫി'കളിൽ കേരളത്തിന്റെ ഗോൾ കീപ്പറായിരുന്നു. 'പ്രീമിയർ ടയേഴ്സി'നെ പ്രതിനിധീകരിച്ചുകൊണ്ട് ഇന്ത്യയിലെ വിവിധ ക്ലബ്ബ് ടൂർണ്ണമെന്റുകളിൽ പങ്കെടുത്തിട്ടുണ്ട്. 1982-ൽ കളിയിൽ നിന്ന് വിരമിച്ചതിനുശേഷം ഫുട്ബാൾ കോച്ചായി പ്രവർത്തിച്ചു. മൂന്നു വർഷം 'സന്തോഷ് ട്രോഫി' കളിച്ച കേരള ടീമിന്റെ കോച്ചായിരുന്നു. തമിഴ്നാട് സ്റ്റേറ്റ് സബ് ജൂനിയർ, ജൂനിയർ, സീനിയർ ടീമുകളുടെ കോച്ചായിരുന്നു. 1985 മുതൽ നെയ്‌വേലി ലിഗ്നൈറ്റ് കോർപ്പറേഷന്റെയും രണ്ടു വർഷം സ്റ്റേറ്റ് ബാങ്ക് ഓഫ് ട്രാവൻകൂറിന്റെയും കോച്ചായിരുന്നു.

പ്രേംനാഥ് ഫിലിപ്പ്

1980 കളിൽ ഇന്ത്യൻ ഫുട്ബാളിൽ പ്രതിരോധനിരയിൽ തിളങ്ങിനിന്ന പ്രധാന കളിക്കാരൻ. പ്രീമിയർ ടയേഴ്സ്, മുഹമ്മദൻസ് സ്പോർട്ടിംഗ് എന്നീ ക്ലബ്ബുകൾക്കായി കളിച്ചു. 1976, 77, 78 വർഷങ്ങളിൽ കേരളത്തിനുവേണ്ടി സന്തോഷ് ട്രോഫി കളിച്ചു. മുഹമ്മദൻസ് സ്പോർട്ടിംഗിനു പുറമെ ഈസ്റ്റ് ബംഗാളിനു വേണ്ടിയും കളിച്ചിട്ടുണ്ട്. 1976 മുതൽ 1990 വരെ പ്രസിദ്ധമായ കൽക്കത്ത ലീഗിൽ തന്റെ സാന്നിദ്ധ്യം അറിയിച്ചു. ഇന്ത്യൻ സീനിയർ ടീമിൽ അംഗമായിരുന്ന ഫിലിപ്പ് ആഗാ ഖാൻ ഗോൾഡ് കപ്പ്, അബുദാബി, ഇറാൻ, ഇറാക്ക് പര്യടനങ്ങളിൽ ഇന്ത്യക്കു വേണ്ടി ഏഷ്യൻ യൂത്ത് ചാമ്പ്യൻഷിപ്പും കളിച്ചിട്ടുണ്ട്.

നജീബ് എൻ.എം.

പ്രീമിയർ ടയേഴ്സ് ആയിരുന്നു നജീബിന്റെ ആദ്യ കളിക്കളം. പ്രീമിയർ ടയേഴ്സിനു പുറമെ, മുഹമ്മദൻസ് സ്പോർട്ടിംഗ്, ഈസ്റ്റ്

ബംഗാൾ, തിരുവനന്തപുരം ടൈറ്റാനിയം എന്നീ ക്ലബ്ബുകൾക്കു വേണ്ടി കളിച്ചു. 1976-77-ൽ ധാക്കയിലെ ആഗാ ഖാൻ ഗോൾഡ് കപ്പിൽ ഇന്ത്യക്കു വേണ്ടി കളിച്ചു. 1974-75, 75-76, 76-77, 77-78, 81-82 വർഷങ്ങളിൽ കേരളത്തിനു വേണ്ടി സന്തോഷ് ട്രോഫി കളിച്ചു. 1976-77-ൽ സംസ്ഥാനത്തെ ഏറ്റവും മികച്ച ഫുട്ബാളർ എന്ന ജി.വി. രാജാ പുരസ്കാരം ലഭിച്ചു. 1993 മുതൽ 12 വർഷക്കാലം സ്റ്റേറ്റ് ബാങ്ക് ഓഫ് ട്രാവൻകൂറിന്റെ കോച്ചായിരുന്നു.

ജിജ്ജു ജേക്കബ്ബ്

1993നും 98നുമിടയിൽ ജിജ്ജു ജേക്കബ്ബ് ഇന്ത്യൻ ടീമിൽ അംഗമായിരുന്നു. രണ്ട് സാഫ് ഗെയിംസ് (1993, 95), രണ്ട് സാർക്ക് ഗോൾഡ് കപ്പ് (1994, 96), രണ്ടു പ്രാവശ്യം നെഹ്റു കപ്പ് (1995, 97), 1996 ഇറാക്ക് ഇൻവിറ്റേഷൻ കപ്പ്, 1996 ലോകകപ്പ് യോഗ്യതാ മത്സരങ്ങൾ, 1998 ബാങ്കോക്ക് ഏഷ്യൻ ഗെയിംസ് ഇവയെല്ലാം ജിജ്ജു ജേക്കബ്ബിന്റെ പ്രധാന അന്താരാഷ്ട്ര മത്സരങ്ങളാണ്. 1990നും 99നും ഇടയിൽ എട്ടു പ്രാവശ്യം കേരളത്തിനുവേണ്ടി സന്തോഷ് ട്രോഫി കളിച്ചു. രണ്ടു പ്രാവശ്യം സന്തോഷ് ട്രോഫി നേടിയ, നാലു പ്രാവശ്യം റണ്ണർ അപ്പായ ടീമുകളിലെ അംഗമായിരുന്നു. 1997 ബാംഗ്ലൂർ ദേശീയ ഗെയിംസിൽ ചാമ്പ്യന്മാരായ കേരള ടീമിന്റെ ക്യാപ്റ്റനായിരുന്നു.

പി.കെ.മോഹൻദാസ്

1983-ൽ സന്തോഷ് ട്രോഫി നേടിയ മഹാരാഷ്ട്ര ടീമിന്റെ ഗോൾകീപ്പർ. കർണ്ണാടകക്കും മഹാരാഷ്ട്രക്കുമായി മൂന്നു തവണ വീതവും രണ്ടു പ്രാവശ്യം സർവ്വീസസിനായും സന്തോഷ് ട്രോഫിയിൽ കളിച്ചു.

ആൽഫ്രഡ് എബനേസർ

എം.ആർ.സി. വെല്ലിംഗ്ടണിന്റെയും സർവ്വീസസിന്റെയും കളിക്കാരൻ. 1979 സന്തോഷ് ട്രോഫിയിൽ സർവ്വീസസിന്റെ ഗോൾകീപ്പർ.

ഹാരിസ് റഹ്മാൻ

ഫുട്ബാൾ ഇതിഹാസം ഒളിമ്പ്യൻ റഹ്മാന്റെ മകൻ. മൂന്ന ടീമുകളെ പ്രതിനിധീകരിച്ചകൊണ്ട് ഒൻപത് വർഷങ്ങളിൽ സന്തോഷ് ട്രോഫി കളിച്ചു. 1985, 86, 87 വർഷങ്ങളിൽ കേരളത്തിന വേണ്ടിയും 1988, 89, 92 വർഷങ്ങളിൽ റയിൽവേസിന വേണ്ടിയും 1993, 94, 95 വർഷങ്ങളിൽ തമിഴ്നാടിന വേണ്ടിയും സന്തോഷ് ട്രോഫി കളിച്ചു. ഇന്ത്യക്കു വേണ്ടി നിരവധി പ്രദർശന മത്സരങ്ങളിലും സൗഹൃദ മത്സരങ്ങളിലും കളിച്ചിട്ടുണ്ട്. 1986-ൽ ഇന്ത്യ അണ്ടർ 23 ടീമിന വേണ്ടിയും കളിച്ചു. ഫെഡറേഷൻ കപ്പ് കളിച്ച് സതേൺ റെയിൽവേസിന്റെ ക്യാപ്റ്റനായിരുന്നു.

എ.വി. രാജീവ്

1987, 88, 91, 92, 93 വർഷങ്ങളിൽ കേരളത്തിന വേണ്ടി സന്തോഷ് ട്രോഫി കളിച്ചു. 1992-ൽ കോയമ്പത്തൂരിലെ സന്തോഷ് ട്രോഫി ഫൈനലിൽ കേരളം ഗോവയെ പരാജയപ്പെടുത്തി (3-0) 19 വർഷങ്ങൾക്കു ശേഷം കേരളം രണ്ടാമതും സന്തോഷ് ട്രോഫി നേടിയപ്പോൾ കേരളത്തിന വേണ്ടി 'ആദ്യത്തെ ഗോൾ' നേടിയത് രാജീവായിരുന്നു. പ്രീമിയർ ടയേഴ്സ്, കെ.എസ്.ആർ.ടി.സി, കെൽട്രോൺ എന്നീ ഫുട്ബാൾ ക്ലബ്ബുകൾക്ക് വേണ്ടി കളിച്ചിട്ടുണ്ട്.

രാഹുൽ പി.

2008, 09, 10, 11, 12, 13 വർഷങ്ങളിൽ കേരളത്തിനു വേണ്ടി സന്തോഷ് ട്രോഫി കളിച്ചു. 2013 ലെ സന്തോഷ് ട്രോഫിയിൽ കേരളത്തിന്റെ ക്യാപ്റ്റൻ. ഇതിനു പുറമെ 2006, 07, 08 വർഷങ്ങളിൽ കലിക്കറ്റ് യൂണിവേഴ്സിറ്റി ഫുട്ബാൾ ടീം അംഗം. 2008-ൽ കലിക്കറ്റ് യൂണിവേഴ്സിറ്റി ഫുട്ബാൾ ടീം ക്യാപ്റ്റൻ.

രഹനേഷ് ടി.പി.

ഒ.എൻ.ജി.സിക്ക് വേണ്ടി ഐ ലീഗ് കളിച്ചിട്ടാണ് രഹനേഷ് തന്റെ പ്രൊഫഷണൽ ജീവിതം ആരംഭിക്കുന്നത്. ഒ.എൻ.ജി.സി.ക്ക് പുറമെ മുംബൈ ടൈഗേഴ്സ്, ഷില്ലോങ്ങ് ലാജോംഗ്, നോർത്തീസ്റ്റ് യുണൈറ്റഡ്, ഈസ്റ്റ് ബംഗാൾ, കേരള ബ്ലാസ്റ്റേഴ്സ്, ജാംഷഡ്പൂർ എഫ്.സി. എന്നീ ടീമുകൾക്കു വേണ്ടി കളിച്ചിട്ടുണ്ട്. 2015, 16 കാലത്ത് ഇന്ത്യൻ അണ്ടർ 23 ടീമിനു വേണ്ടിയും, 2017, 19 കാലത്ത് ഇന്ത്യൻ സീനിയർ ടീമിനു വേണ്ടിയും കളിച്ചിട്ടുണ്ട്.

ഷിബിൽലാൽ വി.കെ.

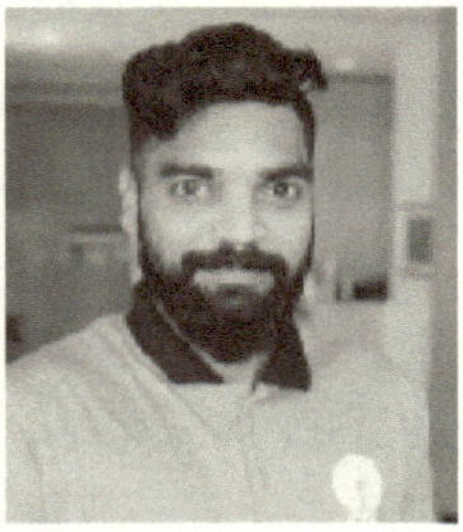

2010, 12, 13, 14, 15, 16, 17.. അങ്ങനെ ഏഴു പ്രാവശ്യം കേരളത്തിനുവേണ്ടി സന്തോഷ് ട്രോഫി കളിച്ചു. 2013-ൽ എക്സ്ട്രാ ടൈമിലെ 118-ാമത്തെ മിനുട്ടിൽ നേടിയ ഗോളാണ് സന്തോഷ് ട്രോഫി ഫൈനലിലേക്ക് എത്തിച്ചത്. 2016 സന്തോഷ് ട്രോഫി ക്യാപ്റ്റനായിരുന്നു. ഇപ്പോൾ എസ്.ബി.ഐ. ജീവനക്കാരനായി പ്രവർത്തിക്കുന്നു.

സെൻഗുപ്ത

1984 ലെ സന്തോഷ് ട്രോഫിയിൽ കർണ്ണാടകക്കു വേണ്ടി കളിച്ചു. 1975-76-ൽ പാറ്റ്നയിൽ വെച്ച് നടന്ന നാഷണൽ സ്കൂൾ ഫുട്ബാൾ ചാമ്പ്യൻഷിപ്പിൽ കേരള സ്റ്റേറ്റ് സ്കൂൾ ടീമിനെ പ്രതിനിധീകരിച്ചുകൊണ്ട് പങ്കെടുത്തു.

പ്രസൂൺ

2014-ൽ കേരളത്തിനു വേണ്ടി സന്തോഷ് ട്രോഫി കളിച്ചു. എസ്.ബി.ഐ. ജീവനക്കാരനായി പ്രവർത്തിക്കുന്ന പ്രസൂൺ 2010 മുതൽ എസ്.ബി. ഐ. ടീമിനുവേണ്ടി ബൂട്ടണിയുന്നുണ്ട്.

ദിലീപ് എം.

2008 മുതൽ 2014 വരെ സർവ്വീസസ് ടീമിനു വേണ്ടി കളിച്ചു. 2010-ൽ സന്തോഷ് ട്രോഫി സർവ്വീസസ് ടീമിന്റെ ക്യാപ്റ്റൻ.

റോയ് റോജസ്

1996 ഗോവയിലെ സന്തോഷ് ട്രോഫിയിൽ കേരളത്തിനു വേണ്ടി കളിച്ചു. ഇപ്പോൾ കേരള പോലീസ് എം.എസ്.പി.യിൽ അസിസ്റ്റന്റ് കമാന്റന്റായി പ്രവർത്തിച്ചുവരുന്നു.

നിസാർ കെ.പി.

1995, 96, 97 വർഷങ്ങളിൽ കേരളത്തിനു വേണ്ടി സന്തോഷ് ട്രോഫി കളിച്ചു. 1997-ൽ ഇറാക്കിനെതിരെയുള്ള പ്രദർശന മത്സരത്തിൽ ഇന്ത്യക്കുവേണ്ടിയും കളിച്ചു.

പ്രവീൺ പി.വി.

സ്കൂൾ ഫുട്ബാൾ ടീമിൽ സ്ഥിരം സാന്നിദ്ധ്യമായിരുന്ന പ്രവീൺ പി.വി. 1984, 85, 86 വർഷങ്ങളിൽ ഗുജറാത്ത് സംസ്ഥാനത്തിനു വേണ്ടി സന്തോഷ് ട്രോഫിയിൽ പങ്കെടുത്തു.

മലബാർ ക്രിസ്ത്യൻ കോളേജ് ഹയർ സെക്കണ്ടറി സ്കൂളിൽ നിന്ന് നിരവധി ഫുട്ബോൾ താരങ്ങൾ ഉദയം ചെയ്തിട്ടുണ്ട്. അവരിൽ ചില താരങ്ങളുടെ പേരു വിവരങ്ങൾ താഴെ കൊടുക്കുന്നു.

രാജഗോപാൽ കെ (മുഹമ്മദൻ സ്പോർട്ടിംഗ് കൽക്കട്ട), നാരായണൻ ഇ (കൊച്ചിൻ പോർട്ട് ട്രസ്റ്റ്), സുധീർ കുമാർ കെ സി (കൊച്ചിൻ പോർട്ട് ട്രസ്റ്റ്), പ്രസാദ് ടി (എസ്ബിഐ), പ്രദീപ് കുമാർ കെ സി (സെൻട്രൽ റെയിൽവേ), സതീഷ് (യൂണിവേഴ്സിറ്റി) എന്നിവർ സ്കൂളിന്റെ യശസ്സ് ഉയർത്തി.

പരേതനായ ശ്രീ.പ്രേം പ്രകാശ്, (കെ.എസ്.ഇ.ബി.) ശ്രീ.എസ് സി ബോസ്,(സ്പോർട്സ് അതോറിറ്റി ഓഫ് ഇന്ത്യ) എന്നീ പ്രൊഫഷണൽ കോച്ചുകളുടെ നേതൃത്വത്തിൽ നിരവധി ഫുട്ബോൾ താരങ്ങൾ വളർന്നു വന്നിട്ടുണ്ട്.

സബീഷ് അപ്പുക്കുട്ടൻ, ഷാഹിൻ ലാൽ എം, ഷിബിൻരാജ് കെ, ഇസ്മയിൽ എൻ പി, സെയ്ൻ മുഹമ്മദ്, അക്ഷയ് പി, ഫർഹാദ് വി വി, ജനീഷ് ടി എ, സബാബ് അലി, മനു ജോസ്, തരുൺ ആർ, അബൂനവീദ് എം.എ, അനൂപ് സാജു, സനീഷ് ടി കെ, മുഹമ്മദ് റാഫി ടി പി, സർജാസ് എസ്. വി, ഫൈസൽ ടി എസ് എന്നിവരും ഈ ഗണത്തിൽ പെടുന്നു.

സ്ഥല പരിമിതി മൂലം പലരുടെയും പേരുകൾ ഉൾപ്പെടുത്താൻ കഴിയുന്നില്ല.

സന്തോഷ് ട്രോഫി

മന്മഥ നാഥ് റോയ് ചൗധരി

നമുക്ക് ഏറെ പരിചിതമായ പേരാണ് സന്തോഷ് ട്രോഫി. ഇന്ത്യയിലെ സംസ്ഥാനങ്ങൾ തമ്മിലുള്ള വാർഷിക ഫുട്ബാൾ ടൂർണ്ണമെന്റാണ് ആൾ ഇന്ത്യാ ഫുട്ബാൾ ഫെഡറേഷനാണ് ഇതിന്റെ സംഘാടകർ. ബംഗ്ലാദേശിലെ ധാക്ക ഡിവിഷനിലെ ടംഗാലിയിലെ ഒരു സ്ഥലമാണ് സന്തോഷ്. സന്തോഷിലെ രാജാവായിരുന്ന മന്മഥ നാഥ് റോയ് ചൗധരി ഇന്ത്യൻ ഫുട്ബാൾ അസോസിയേഷന്റെ മുൻ പ്രസിഡന്റായിരുന്നു. 1939-ൽ അദ്ദേഹം മരണപ്പെട്ടു. അദ്ദേഹത്തിന്റെ സ്മരണക്കായിട്ടാണ് 1941-ൽ സന്തോഷ് ട്രോഫി ആരംഭിച്ചത്. ഇപ്പോൾ സന്തോഷ് ട്രോഫി അറിയപ്പെടുന്നത് ഹീറോ നാഷണൽ ഫുട്ബാൾ ചാമ്പ്യൻഷിപ്പ് എന്ന പേരിലാണ്. ഏഴ് പ്രാവശ്യം കേരളം സന്തോഷ് ട്രോഫി നേടിയിട്ടുണ്ട്. 1973 (എറണാകുളം), 1992 (കോയമ്പത്തൂർ), 1993 (എറണാകുളം), 2002 (മുംബൈ), 2005 (ഡൽഹി), 2018 (കൊൽക്കത്ത), 2022 (മലപ്പുറം).

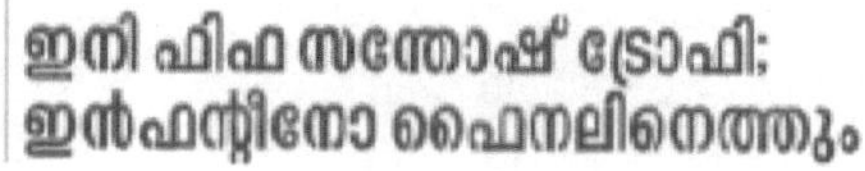
ഇനി ഫിഫ സന്തോഷ് ട്രോഫി:
ഇൻഫന്റിനോ ഫൈനലിനെത്തും

1973-ൽ ആദ്യമായി സന്തോഷ് ട്രോഫി നേടിയ കേരളം ടീം.

1992-ൽ സന്തോഷ് ട്രോഫി നേടിയ കേരള ഫുട്ബാൾ ടീം

സുബ്രതോ മുഖർജിയും സുബ്രതോ കപ്പും എം.സി.സി.യും

മലബാർ ക്രിസ്ത്യൻ കോളേജ് ഹൈസ്കൂൾ/ഹയർ സെക്കൻഡറിയിലെ വിദ്യാർത്ഥികൾക്ക് പ്രത്യേകിച്ച് ഫുട്ബാൾ കളിക്കാർക്ക് ഏറെ പരിചിതമായ പേരാണ് സുബ്രതോ കപ്പ്. സുബ്രതോ മുഖർജിയുടെ (1911-1960) സ്മരണക്കായി സംഘടിപ്പിക്കപ്പെടുന്ന ഇന്ത്യയിലെയും വിദേശത്തെയും സ്കൂൾ ടീമുകളുടെ ടൂർണ്ണമെന്റാണ് 'സുബ്രതോ കപ്പ്'. ഇന്ത്യൻ എയർഫോഴ്സിന്റെ ആദ്യത്തെ കമാൻഡർ ഇൻ ചീഫ് ആയ സുബ്രതോ മുഖർജി ഇന്ത്യൻ എയർഫോഴ്സിന്റെ പിതാവ് എന്ന പേരിലും അറിയപ്പെടുന്നു. നല്ലൊരു ഫുട്ബാൾ കളിക്കാരനായിരുന്ന ഇദ്ദേഹം മോഹൻബഗാൻ ഫുട്ബാൾ ക്ലബ്ബിലെ അംഗമായിരുന്നു. സുബ്രതോ മുഖർജിയാണ് ഇന്ത്യയിലെ സ്കൂൾ ടീമുകൾക്കായി ഒരു അഖിലേന്ത്യാ ഫുട്ബാൾ ടൂർണമെന്റ് എന്ന ആശയം മുന്നോട്ടുവെച്ചത്.

ആറു തവണ കേരളത്തെ പ്രതിനിധീകരിച്ചുകൊണ്ട് മലബാർ ക്രിസ്ത്യൻ കോളേജ് ഹൈസ്കൂൾ/ഹയർ സെക്കൻഡറി സ്കൂൾ സുബ്രതോ കപ്പ് കളിച്ചിട്ടുണ്ട്. 1998, 1999, 2005, 2006, 2009, 2011 എന്നീ വർഷങ്ങളിലാണ് എം.സി.സി. എച്ച്.എസ്./എച്ച്.എസ്.എസ്. സുബ്രതോ കപ്പിൽ സാന്നിദ്ധ്യമറിയിച്ചത്.

ഫുട്ബാളിലെ ലിംഗസമത്വം

ലോക ഫുട്ബാളിനെ നിയന്ത്രിക്കുന്ന ഫിഫ (ഫ്രഞ്ച് ഭാഷയിൽ ഫെഡറേഷൻ ഇന്റർ നാഷണൽ ഡി ഫുട്ബാൾ അസോസിയേഷൻ) ഫുട്ബാളിലെ 'ലിംഗ സമത്വം' എന്ന ആശയത്തിന് വളരെയധികം പ്രാധാന്യം നൽകുന്നു. 211 രാജ്യങ്ങളിലെ ഫുട്ബാൾ സംഘടനകൾ ഉൾപ്പെടുന്ന ഫിഫ ലോകത്തിലെ ഏറ്റവും വലിയ, ശക്തമായ സംഘടനയാണ്. ഫിഫയുടെ ആശയം മലബാർ ക്രിസ്ത്യൻ കോളേജ് ഹയർ സെക്കൻഡറി സ്കൂളും ഏറ്റെടുക്കുന്നു. ഇതിന്റെ ഭാഗമായിട്ടാണ് സ്കൂളിൽ പെൺകുട്ടികളുടെ ഫുട്ബാൾ ടീം രൂപം കൊണ്ടത്. ഇത് ഫുട്ബാളിനെക്കുറിച്ചുള്ള മുൻ ധാരണകളെ തിരുത്തിക്കുറിക്കുന്നു. ഫുട്ബാൾ പുരുഷന്മാരുടേയോ ആണത്തത്തിന്റേയോ മാത്രം കളിയല്ല, അത് സ്ത്രീകൾക്കുകൂടി അവകാശപ്പെട്ടതാണ്.

വനിത ടീം 2022

വനിത ടീം 2023

മലബാറിലെ ബാസൽ മിഷൻ പ്രവർത്തനങ്ങളുടെ 175-ാം വാർഷികത്തോടനുബന്ധിച്ച് മലബാർ ക്രിസ്ത്യൻ കോളേജ് ഹൈസ്കൂളിന്റെ മുൻഭാഗത്ത് സ്ഥാപിക്കപ്പെട്ട ഡോ. റവ. ഹെർമൻ ഗുണ്ടർട്ടിന്റെ പ്രതിമ. ശില്പി ഗുരുകുലം ബാബു

മഹാത്മാഗാന്ധിയുടെ 150-ാം ജന്മവാർഷികത്തോടനുബന്ധിച്ച് കോഴിക്കോട്ടെ ഗാന്ധി സന്ദർശിച്ച സ്ഥലങ്ങളിലേക്ക് വിദ്യാർത്ഥികളുടെ 'സ്മൃതിയാത്ര' സംഘടിപ്പിക്കപ്പെട്ടു. സ്മൃതിയാത്രയുടെ തുടക്കം മഹാത്മാഗാന്ധി സന്ദർശിച്ച മലബാർ ക്രിസ്ത്യൻ കോളേജിൽ നിന്നായിരുന്നു. സന്മാർഗ്ഗദർശിനി ലൈബ്രറി, മാതൃഭൂമി എന്നീ സ്ഥലങ്ങളാണ് വിദ്യാർത്ഥികളുടെ സംഘം സന്ദർശിച്ചത്.

ഭാഗം 10
പുതിയ നൂറ്റാണ്ടിലെ
എം.സി.സി. സ്കൂളുകൾ.

എം.സി.സി. ഈ നൂറ്റാണ്ടിൽ

2000-ൽ കേരള സർക്കാർ കോളേജുകളിൽ നിന്ന് പ്രീഡിഗ്രി പൂർണമായും വേർപെടുത്താൻ തീരുമാനിച്ചതോടെ മലബാർ ക്രിസ്ത്യൻ കോളേജിൽ നിന്ന് പ്രീഡിഗ്രി ഡിലിങ്ക് ചെയ്ത് പുതിയ ഹയർ സെക്കൻഡറി സ്കൂൾ മാനേജ്മെന്റിന് അനുവദിച്ചു. ഹയർസെക്കൻഡറി സ്കൂൾ തുറന്നതോടെ മലബാർ ക്രിസ്ത്യൻ കോളജ് ഹൈസ്കൂളിനെ മലബാർ ക്രിസ്ത്യൻ കോളജ് ഹയർ സെക്കൻഡറി സ്കൂളായി ഉയർത്തി. അന്നു മുതൽ ഈ വിദ്യാലയം കോഴിക്കോട് മലബാർ ക്രിസ്ത്യൻ കോളേജ് ഹയർസെക്കൻഡറി സ്കൂൾ എന്ന പേരിൽ അറിയപ്പെടുന്നു.

തുടക്കത്തിൽ രണ്ട് സയൻസ് ബാച്ചും ഒരു കൊമേഴ്സ് ബാച്ചുമാണ് ഉണ്ടായിരുന്നത്. ഹയർസെക്കൻഡറി സ്കൂളിൽ ആൺകുട്ടികൾക്ക് മാത്രമായിരുന്നു അന്ന് പ്രവേശനം 31-07-2000 ന് ഹയർസെക്കൻഡറി ക്ലാസിൽ ചേർന്ന ആദ്യ വിദ്യാർത്ഥി സയ്യിദ് ഹിഷാം സംത് ആണ്. 2004-2005 അധ്യയന വർഷം മുതൽ സ്കൂൾ പെൺകുട്ടികൾക്ക് പ്രവേശനം നൽകിത്തുടങ്ങി. കോഴിക്കോട് അച്യുതൻ ഗേൾസ് ഹൈസ്കൂളിൽ നിന്ന് വന്ന കുമാരി അഖില ഇ.ആർ. 19.07.2004 ന് ആദ്യമായി പ്രവേശനം നേടിയ പെൺകുട്ടി. 2011 മുതൽ ഒരു അധിക കൊമേഴ്സ് ബാച്ചും അനുവദിച്ചു.

2004 ഓഗസ്റ്റ് വരെ സ്കൂളിന്റെ പ്രധാന അദ്ധ്യാപകൻ പ്രിൻസിപ്പലിന്റെ അധിക ചുമതല വഹിച്ചിരുന്നു. പിന്നീട് ഹയർസെക്കൻഡറി വിഭാഗത്തിലെ ഒരാളെ പ്രിൻസിപ്പലിന്റെ ചുമതല ഏൽപ്പിക്കുകയും ആ സംവിധാനം നാളിതുവരെ തുടരുകയും ചെയ്യുന്നു.

ഈ വർഷം 177 പെൺകുട്ടികളും 303 ആൺകുട്ടികളും ഹയർസെക്കൻഡറി വിഭാഗത്തിൽ പഠിക്കുന്നു. ഹയർസെക്കൻഡറി വിഭാഗത്തിൽ

ഇരുപത്തിയൊന്ന് അധ്യാപകരും ഒരു അധ്യാപകേതര ജീവനക്കാരും ജോലി ചെയ്യുന്നു. ഹൈസ്കൂൾ വിഭാഗം ഹെഡ് മാസ്റ്ററുടെ കീഴിലാണ്. രണ്ടായിരത്തി ഇരുപത്തിമൂന്ന് മാർച്ചിലെ എസ് എസ് എൽ സി പരീക്ഷയിൽ നമ്മുടെ വിദ്യാലയം 100 ശതമാനം വിജയം നേടി.

മലബാർ ക്രിസ്ത്യൻ കോളേജ് ലോവർ പ്രൈമറി സ്കൂൾ ഹെഡ്മിസ്ട്രസിന്റെ കീഴിൽ പ്രത്യേകം പ്രവർത്തിക്കുന്നു. ഒന്ന് മുതൽ നാലാം ക്ലാസ് വരെയുള്ള 'ലോവർ പ്രൈമറി' വിഭാഗത്തിന് പുറമെ പ്ലേ സ്കൂൾ, കിന്റർ ഗാർഡൻ, എന്നിവയും പ്രവർത്തിച്ചു വരുന്നു.

1998-ൽ നമ്മുടെ വിദ്യാലയത്തിന്റെ 150-ാം വാർഷികം ആഘോഷിക്കുന്ന വേളയിൽ ഒരു ബഹുനില കെട്ടിടം നിർമ്മിക്കുകയുണ്ടായി. ട്രിപ്പിൾ ഗോൾഡൻ ജൂബിലി ബിൽഡിംഗ്' എന്നാണ് ഇതിന്റെ പേര്. ഇപ്പോൾ ഈ കെട്ടിടത്തിൽ ഹയർ സെക്കൻഡറി വിഭാഗം പ്രവർത്തിച്ചുവരുന്നു.

വയനാട് റോഡിന്റെ വീതികൂട്ടൽ കാരണം ചില ക്ലാസ് മുറികൾ നഷ്ടപ്പെട്ടു. ഈ നഷ്ടം നികത്താൻ മാനേജ്മെന്റ് മൂന്ന് നില കെട്ടിടം നിർമ്മിച്ചു. പുതിയ കെട്ടിടത്തിൽ ആകെ പതിനഞ്ച് ക്ലാസ് മുറികളുണ്ട്.

'പ്രിൻസിപ്പൽ ബംഗ്ലാവ്' ഈ വർഷം നവീകരിച്ചു. ഈ ബംഗ്ലാവിന് നൂറു വർഷത്തിലേറെ പഴക്കമുണ്ട്. മലബാർ ക്രിസ്ത്യൻ കോളേജ് പ്രിൻസിപ്പലിന്റെ ഔദ്യോഗിക വസതിയായിരുന്നു. ഇപ്പോൾ സ്കൂളിനുള്ള ഓഡിയോ വിഷ്വൽ റൂമായി ഉപയോഗിക്കുന്നു

2018-ൽ 'രാഷ്ട്രപിതാവ് മോഹൻദാസ് കരംചന്ദ് ഗാന്ധി'യുടെ 150-ാം ജന്മദിനം ആഘോഷം സ്കൂൾ സജീവമായി സംഘടിപ്പിച്ചു. ഏഴ് ദിവസത്തെ പരിപാടിയായിരുന്നു അത്. മഹാത്മാഗാന്ധിയുമായി ബന്ധപ്പെട്ട ചരിത്രപ്രാധാന്യമുള്ള സ്ഥലത്തേക്ക് സ്മൃതി യാത്ര സംഘടിപ്പിച്ചു.

2023-ൽ സ്കൂൾ മാനേജ്മെന്റും പാരന്റ് ടീച്ചേഴ്സ് അസോസിയേഷനും ചേർന്ന് ഫുട്ബോൾ പ്രോത്സാഹിപ്പിക്കുന്നതിനായി ഒരു ഫുട്ബോൾ ടർഫ് പുതുതായി നിർമ്മിച്ചു. ഫുട്ബോൾ ടീമുകളെ പരിശീലിപ്പിക്കുന്നത് പൂർവ്വ വിദ്യാർത്ഥിയും, മുൻ ഫുട്ബോൾ ടീം അംഗവുമായ സബീഷ് അപ്പക്കുട്ടനാണ്. അദ്ദേഹത്തിന്റെ നേതൃത്വത്തിൽ സ്കൂൾ ഫുട്ബോൾ ടീം നിരവധി പുരസ്കാരങ്ങൾ നേടിക്കൊണ്ടിരിക്കുന്നു.

175 വർഷം പിന്നിട്ട ഈ വിദ്യാലയങ്ങൾ അതിന്റെ യശസ്സ് ഉയർത്തി ജൈത്രയാത്ര തുടരുന്നു.

വിവിധ കാലങ്ങളിലെ എം.സി.സി.യിലെ ഫുട്ബാൾ ടീമുകൾ

2001

2003

മലബാർ ക്രിസ്ത്യൻ കോളേജ് എൽ.പി.സ്കൂൾ പ്രധാന അധ്യാപകരുടെ പട്ടിക

1.	ശ്രീമതി ജെയിൻ സത്യാർത്ഥി	1960-61
2.	ശ്രീ. ഹെർമൻ കൊട്ടാരത്തിൽ	1961-64
3.	ശ്രീ. എം.സി. സത്യദാസൻ	1964-80
4.	ശ്രീമതി എം.സി. ലൂസി	1980-81
5.	ശ്രീമതി മേരി ഇട്ടി	1981-83
6.	ശ്രീമതി എം. ലില്ലി	1983-87
7.	ശ്രീ. എം. ബെഞ്ചമിൻ	1987-90
8.	ശ്രീമതി ബിയാട്രീസ് മനക്കൽ	1990-92
9.	ശ്രീമതി വെസ്റ്റ മനക്കൽ	1992-94
10.	ശ്രീ. ജി.ഡി. രാജചന്ദ്രൻ	1994
11.	ശ്രീമതി വെസ്റ്റ മനക്കൽ	1994-95
12.	ശ്രീമതി സത്യവതി ബെന്നി	1995-97
13.	ശ്രീമതി വിക്ടോറിയ ടി.വി.	997-99
14.	ശ്രീമതി ലില്ലി ജോയ്സ് ഡേവിഡ്	1999-2003
15.	ശ്രീമതി നിർമ്മല ഡോർകാസ് ജോൺ	2003-08
16.	ശ്രീമതി ജോയ്സ് ഇ.ജെ.	2008
17.	ശ്രീ. പീറ്റർ ദേവദാസ്	2008-09
18.	ശ്രീമതി ലിൻഡ ജാസ്മിൻ ഹെൻറി	2009-22
19.	ശ്രീമതി സ്മിത സനിത	2022 മുതൽ

മലബാർ ക്രിസ്ത്യൻ കോളേജ് ഹൈസ്കൂൾ പ്രധാന അധ്യാപകരുടെ പട്ടിക

1.	ദിവാൻ ബഹദൂർ ജി.ടി.വർഗീസ്	1879-1886
2.	റാവു സാഹിബ് സക്കറിയ	1886-1898
3.	ശ്രീ. ടി.കൃഷ്ണക്കുറുപ്പ്	1898-1901
4.	ശ്രീ. പി.തര്യൻ	1901
5.	ശ്രീ. ജെ. കുര്യൻ	1902-1921
6.	ശ്രീ. പി.എ.സ്റ്റീഫൻ	1921-1925
7.	ശ്രീ. ടി.ജെ.മുള്ളെ	1925-1928
8.	ശ്രീ. ജെ.എഫ്. തദേവൂസ്	1928-1940
9.	ശ്രീ. എൻ.എ.പിള്ള	1940-1941
10.	ശ്രീ. കെ.പി.വറീദ്	1941-1957
11.	ശ്രീ. ഇ.ജെ.എഡ്വോണ	1957-1963
12.	ശ്രീ. .എഫ്.എസ്.നിക്കോളാസ്	1963-1972
13.	ശ്രീ. കെ.എൻ.രാമകൃഷ്ണൻ	1972-1980
14.	ശ്രീ. സി.സി.ലോന	1980-1996
15.	ശ്രീമതി അന്നമ്മ എം.തോമസ്	1996-2001
16.	ശ്രീ. വി.പി.സനൽകുമാർ	2001-2002
17.	ശ്രീമതി സരസ്വതി ബായ് ബി	2002-2003
18.	ശ്രീമതി ജാസ്മിൻ പ്രേമലത	2003-2004
19.	ശ്രീ. നാരായണൻ മണിയാണി	2004
20.	ശ്രീ. സുധീഷ് കുമാർ നിക്കോളാസ്	2004-2006
21.	ശ്രീമതി റീത്ത ഗ്ലാഡിസ് സ്റ്റീഫൻ	2006-2007
22.	ശ്രീമതി ഷീല പി.ജോൺ	2007-2009
23.	ശ്രീമതി ലൈല ഇട്ടി	2009-2011
24.	ശ്രീമതി ജോയ്സി കെ.ജോസഫ്	2011-2016
25.	ശ്രീ. മുരളി ഡെന്നിസ് കെ.	2016-2017
26.	ശ്രീമതി വത്സല ജോൺ	2017-2019
27.	ശ്രീ. മുരളി ഡെന്നീസ് കെ.	2019 മുതൽ

മലബാർ ക്രിസ്ത്യൻ കോളേജ് ഹയർ സെക്കൻഡറി സ്കൂൾ പ്രിൻസിപ്പൽമാരുടെ പട്ടിക

1.	ശ്രീമതി അന്നമ്മ എം.തോമസ്	2000-2001
2.	ശ്രീ. വി.പി.സനൽകുമാർ	2001-2002
3.	ശ്രീമതി സരസ്വതി ബായ്	2002-2003
4.	ശ്രീമതി ജാസ്മിൻ പ്രേമലത	2003-2004
5.	ശ്രീ. നാരായണൻ മണിയാണി	2004
6.	ശ്രീ. സുധീഷ്കുമാർ നിക്കോളാസ്	2004
7.	ശ്രീമതി മേരി ജോസഫ്	2004-2005- I/C
8.	ശ്രീമതി റമില ഗ്രേസ് വിജയൻ	2005-2008
9.	ശ്രീ. ഗോകുൽനാഥ് പി.എൻ.	2008-2010 - I/C
10.	ശ്രീമതി സിസിലി ജോൺ	2010-2011
11.	ശ്രീമതി റമില ഗ്രേസ് വിജയൻ	2011-2018
12.	ശ്രീ.ഗോകുൽനാഥ് പി.എൻ.	2018-2019- I/C
13.	ശ്രീമതി മേരി ജോസഫ്	2019-2020
14.	ശ്രീമതി ലിസി വർഗീസ്	2020-2021
15.	ശ്രീ. ഗോകുൽനാഥ് പി.എൻ.	2021 മുതൽ

കോഴിക്കോട് മലബാർ ക്രിസ്ത്യൻ കോളേജിലെ പ്രിൻസിപ്പൽമാരുടെ പട്ടിക

1.	റവ. ഡബ്ലിയു. മുള്ളർ	1909 - 1911
2.	ശ്രീ. ഡബ്ലിയു.ഇ. ഹോരെ	1911 - 1913
3.	റവ. ഡബ്ലിയു. മുള്ളർ	1913 - 1914
4.	ശ്രീ. ഡബ്ലിയു.ഇ. ഹോരെ	1914 - 1920
5.	ശ്രീ. ജെ.മൂളിയിൽ	1920-1921
6.	റവ. എഫ്.എൻ.അസ്ക്വിത്ത്	1921 - 1927
7.	റവ. എ. മ്യൂഞ്ച്	1927 - 1930
8.	റവ. എ. സ്ട്രെക്കിസെൻ	1930 - 1935
9.	ഡോ. എഫ്.ആർ.മെൽസർ	1935 - 1937
10.	ഡോ. ടി.എച്ച്. ലോർച്ച്	1937 - 1939
11.	ശ്രീ. ജെ.എഫ്. തദ്ദേയൂസ്	1939 - 1953
12.	ഡോ. വി.ജി.എം.പാവമണി	1953 - 1967
13.	ഡോ.വി.ജി. ലാൻസ്‌ലേട്ട് തോമസ്	1967 - 1975
14.	പ്രൊഫ.ഗോവിന്ദ ഷേണായി	1976 - 1977
15.	പ്രൊഫ. കെ.ബാലകൃഷ്ണൻ നായർ	1977 - 1979
16.	ഡോ. എം.യേശുരത്നം	1979 - 1989
17.	പ്രൊഫ. പി.പി.സ്കറിയ	1989 - 1990
18.	ഡോ. ക്ലെമന്റ് അഡോൾഫ്	1990
19.	പ്രൊഫ. വി.എൻ.എം. നമ്പൂതിരിപ്പാട്	1990 - 1991
20.	ഡോ. വയോള ഐറിൻ ഹണ്ട്	1991 - 1997
21.	പ്രൊഫ. ക്രിസ്തുകുമാർ നിക്കോളാസ്	1997 - 2002
22.	ഡോ. മെർലിൻ പ്രേംദാസ്	2002 - 2004
23.	പ്രൊഫ. ഗ്ലാഡിസ് പി.ഇ. ഐസക്	2004 - 2013
24.	പ്രൊഫ. പാവമണി മേരി ഗ്ലാഡിസ്	2013 - 2016
25.	ഡോ. ഗോഡ്വിൻ സാമ്രാജ് ഡി.പി	.2016 - 2022
26.	ഡോ. സച്ചിൻ പി. ജെയിംസ്	2022 (I/C)

www.ingramcontent.com/pod-product-compliance
Lightning Source LLC
LaVergne TN
LVHW090402051026
849518LV00006B/2207